ഫോക്‌ലോറും അസംബന്ധകല്പനകളും

foklorum asambandhakalpanakalum
study

•

dr. m v vishnunamboothiri

•

first edition
september 2019

•

typesetting
star communications, thiruvananthapuram

•

published
chintha publishers, thiruvananthapuram

•

cover
vinod mangoes

വിതരണം

ദേശാഭിമാനി ബുക്ക് ഹൗസ്
H O തിരുവനന്തപുരം-695 035
www.chinthapublishers.com
chinthapublishers@gmail.com

ബ്രാഞ്ചുകൾ

ഹെഡ്ഡാഫീസ് കുന്നുകുഴി • സ്റ്റാച്യു തിരുവനന്തപുരം • കെ എസ് ആർ ടി സി ബസ് സ്റ്റേഷൻ ആലപ്പുഴ • കെ എസ് ആർ ടി സി ബസ് സ്റ്റേഷൻ എറണാകുളം • ഐ ജി റോഡ് കോഴിക്കോട് • കെ എസ് ആർ ടി സി ബസ് സ്റ്റേഷൻ കോഴിക്കോട് • എൻ ജി ഒ യൂണിയൻ ബിൽഡിങ് കണ്ണൂർ • സെൻട്രൽ ബസ് ടെർമിനൽ കോംപ്ലക്സ് താവക്കര കണ്ണൂർ

CO - 2866 / 5133
ISBN - 978-93-89410-26-6

ഫോക്‌ലോറും അസംബന്ധകല്പനകളും

ഡോ. എം വി വിഷ്ണുനമ്പൂതിരി

ചിന്ത പബ്ലിഷേഴ്സ്
തിരുവനന്തപുരം-695 035

ഡോ. എം വി വിഷ്ണുനമ്പൂതിരി

പയ്യന്നൂരിനു സമീപമുള്ള രാമന്തളി വില്ലേജിൽ (കണ്ണൂർ ജില്ല) 25-10-1939ൽ ജനിച്ചു. അച്ഛൻ: സുബ്രഹ്മണ്യൻ നമ്പൂതിരി. അമ്മ: ദ്രൗപതി അന്തർജ്ജനം.

മലയാളഭാഷയിലും സാഹിത്യത്തിലും എം എ (ഫസ്റ്റ് ക്ലാസ്), പി എച്ച് ഡി ബിരുദം.

കേരള സാഹിത്യ അക്കാദമി (ഐ സി ചാക്കോ എൻഡോവ്മെന്റ്) അവാർഡ്-1998 (ഫോക്‌ലോർ നിഘണ്ടു) പട്ടത്താനം അവാർഡ് -1998 (ഫോക്‌ലോർ പഠനരംഗത്ത് കാൽനൂറ്റാണ്ടിലേറെക്കാലം ചെയ്ത സേവനങ്ങളെ പരിഗണിച്ച്), കേരളഫോക്‌ലോർ അക്കാദമിയുടെ പ്രഥമ അവാർഡ്-ഗ്രന്ഥരചന-സമഗ്ര സംഭാവനയ്ക്ക് -1999, കേരള സംഗീതനാടക അക്കാദമി അവാർഡ് - 2008 (നാടൻ കലാ ഗവേഷണം), കേരള സർക്കാരിന്റെ പി കെ കാളൻ പുരസ്കാരം-2009, പി കെ പരമേശ്വരൻ നായർ ട്രസ്റ്റ് (എസ് ഗുപ്തൻ നായർ സ്മാരക) പുരസ്കാരം-2011, കടത്തനാട്ട് ഉദയവർമ്മ രാജ പുരസ്കാരം-2012, കളമെഴുത്ത് പഠനഗവേഷണ കേന്ദ്രം (കാട്ടകാമ്പാൽ, തൃശ്ശൂർ) പുരസ്കാരം-2014, വിജ്ഞാനപീഠ പുരസ്കാരം (ശ്രീ ശങ്കര ട്രസ്റ്റ് സാംസ്കാരിക പഠന കേന്ദ്രം, പെരുമ്പാവൂർ 2014, കേരളസംസ്ഥാന ജൈവ വൈവിദ്ധ്യ ബോർഡ് പുരസ്കാരം, തിരുവനന്തപുരം-2014, അബുദാബി ശക്തി അവാർഡ് - 2016, കേന്ദ്രസാംസ്കാരികവകുപ്പിന്റെ സീനിയർ ഫെലോഷിപ്പ് എന്നിവ ലഭിച്ചു. കേരള ഫോക്‌ലോർ അക്കാദമിയുടെ ചെയർമാനായിരുന്നു. 9-3-2019 ന് അന്തരിച്ചു.

ഫോക്‌ലോർ രംഗത്ത് അറുപതിൽപ്പരം ഗ്രന്ഥങ്ങൾ ഇതിനകം പ്രസിദ്ധീകരിച്ചിട്ടുണ്ട്. *നമ്പൂതിരി ഭാഷാശബ്ദകോശം, ഫോക്‌ലോർ നിഘണ്ടു, വടക്കൻപാട്ടുകഥകൾ-ഒരു പഠനം, തെയ്യവും തിറയും, നാടോടിവിജ്ഞാനീയം, പൊട്ടനാട്ടം, പൂരക്കളി, കേരളത്തിലെ നാടൻസംഗീതം, ഫോക്‌ലോർ ചിന്തകൾ, നാടൻകലകൾ നാടൻപാട്ടുകൾ, ഫോക്‌ലോറും ജനസംസ്കാരപഠനവും, ഗവേഷണപ്രവേശിക, നാടൻ ഭാഷാ നിഘണ്ടു, കോതാമൂരി, പുരാവൃത്തപഠനം, ഫോക്‌ലോറും നാമ പഠനവും, പഴഞ്ചൊൽ സാഹിത്യം, കടംകഥകൾ ഒരു പഠനം* എന്നിവ അതിൽ മുഖ്യമായവയാണ്.

ഭാര്യ : സുവർണ്ണനി
മക്കൾ : സുബ്രഹ്മണ്യൻ, ഡോ. ലളിതാംബിക, മുരളീധരൻ.

വിലാസം : പോസ്റ്റ് കാരന്താറ്റ് വഴി)
രാമന്തളി, പിൻ: 670308

ഫോൺ : 04985 223257

ഉള്ളടക്കം

പ്രസാധകക്കുറിപ്പ്

പ്രശസ്ത ഫോക്‌ലോർ വിദഗ്ദ്ധനമായ ഡോ. എം വി വിഷ്ണുനമ്പൂതിരിയുടെ ഗൗരവമേറിയ പഠന ഗ്രന്ഥമാണ് *ഫോക്‌ലോറും അസംബന്ധകല്പനകളും*. നാട്ടറിവുപഠന രംഗത്തെ ഗവേഷണത്തിന് കനത്ത ഒരു സംഭാവനയാണ് ഈ ഗ്രന്ഥത്തിലൂടെ അദ്ദേഹം നല്കുന്നത്.

ഫോക്‌ലോറിന്റെ എല്ലാ ഗണങ്ങളിലും അസംബന്ധ കല്പനകൾ വ്യാപരിച്ചിരിക്കാം. ശ്രദ്ധാപൂർവ്വമായ സമീപനം കൊണ്ടേ അവയുടെ പൊരുൾ കണ്ടെത്താൻ കഴിയുകയുള്ളൂ. ഈ വഴിക്കുള്ള ഒരു തുടക്കമാണ് ഡോ. വിഷ്ണുനമ്പൂതിരിയുടെ *ഫോക്‌ലോറും അസംബന്ധ കല്പനകളും*. ഫോക്‌ലോർ ശാഖയുടെ ഇനിയുമുള്ള വളർച്ചയ്ക്ക് വഴിവിളക്കാകാവുന്ന ഈടുറ്റ ഈ പുസ്തകം വലിയ തോതിൽ സ്വീകരിക്കപ്പെടും എന്ന പ്രതീക്ഷയോടെ.

ചിന്ത പബ്ലിഷേഴ്സ്

മുന്നുര

നാട്ടറിവു പഠന രംഗത്ത് പുതിയൊരന്വേഷണത്തിനാണ് ഇവിടെ തുടക്കംകുറിക്കുന്നത്. അസംബന്ധമെന്നോ അർത്ഥശൂന്യമെന്നോ അനുചിതമെന്നോ ആഭാസമെന്നോ യുക്തിരഹിതമെന്നോ പ്രത്യക്ഷത്തിൽ തോന്നാവുന്ന നിരവധി കാര്യങ്ങൾ ജനജീവിതത്തിലും ജനസംസ്കാരത്തിലും ഉണ്ടെന്നും അവയെക്കുറിച്ച് സൂക്ഷ്മവും വിശദവുമായി പരിശോധിച്ചശേഷമേ അവയുടെ അകപ്പൊരുൾ തിരിച്ചറിയുവാൻ കഴിയുകയുള്ളൂവെന്നും മനസ്സിലാക്കേണ്ടതായുണ്ട്. ആ വഴിക്കുള്ള ശ്രമം നടന്നതായിട്ടറിവില്ല.

സാഹിത്യനിരൂപണം, കലാചിന്ത എന്നീ മേഖലകളിൽ 'അബ്സേഡിസ'ത്തെപ്പറ്റി ചിലരൊക്കെ സമാലോചനം ചെയ്തിട്ടുണ്ട്. എങ്കിലും, ആ മാർഗ്ഗം വേണ്ടത്ര പുഷ്കലമായിക്കണ്ടില്ല. ഈ സാഹചര്യത്തിലാണ് അബ്സേഡിസവും ഫോക്‌ലോറും തമ്മിലുള്ള ബന്ധത്തെപ്പറ്റി പരിമിത പരിചിന്തനത്തിനു തുനിയുന്നത്. അതിന്റെ ഫലമാണ് *ഫോക്‌ലോറും അസംബന്ധകല്പനകളും* എന്ന ഈ ഗ്രന്ഥം.

ഫോക്‌ലോറിന്റെ എല്ലാ 'ഗണ'ങ്ങളിലും അസംബന്ധകല്പനകൾ കാണാവുന്നതാണ്. നാടൻകല, നാടൻപാട്ട്, നാടൻമൊഴി, നാടൻകഥ, ആചാരം, വിശ്വാസം എന്നുവേണ്ട ഭാഷാ പ്രയോഗത്തിൽപ്പോലും അത് വ്യാപിച്ചിരിക്കും. മനുഷ്യന്റെ മനോവാക് കർമ്മങ്ങളെല്ലാം ശാസ്ത്രീയമായ അടുക്കും ചിട്ടയുമുള്ളതോ, യാന്ത്രികമോ ആണെന്നു അവകാശപ്പെടുവാൻ സാദ്ധ്യമല്ലല്ലോ. അതുകൊണ്ടുതന്നെ ചിന്തയിലും സങ്കല്പങ്ങളിലും കർമ്മരംഗങ്ങളിലും കുറച്ചൊക്കെ വ്യവസ്ഥാരഹിതമായ സഞ്ചാരഗതികൾ ഉണ്ടാവുക സ്വാഭാവികമാണ്. അവയെല്ലാം ബോധപൂർവ്വമാണെന്നു പറഞ്ഞുകൂടാ. അർത്ഥശൂന്യമോ അസംബന്ധമോ

ആണ് അവയെന്നു അവർ അറിഞ്ഞുകൊള്ളണമെന്നില്ല. നിരീക്ഷകരായ മറ്റുള്ളവർക്കാണ് അവ തെറ്റോ അസംബന്ധമോ അപഥസഞ്ചാരമോ ആയിതോന്നുന്നത്. ശ്രദ്ധാപൂർവ്വമായ സമീപനം കൊണ്ട് അവയുടെ പൊരുൾ കണ്ടെത്തുവാൻ കഴിഞ്ഞേക്കാം. വിരോധാഭാസമായി തോന്നുന്ന പലതും സൂക്ഷ്മചിന്തയിൽ അപ്രകാരമല്ലെന്നു ബോദ്ധ്യപ്പെട്ടുവെന്നും വരാം.

അനിയന്ത്രിതമായി ചിലപ്പോഴെല്ലാം ജീവിതത്തിൽ പിഴ സംഭവിക്കാമെന്നത് മനശ്ശാസ്ത്രപരമായ ഒരുവസ്തുതയാണ്. ജനജീവിതപഠനത്തിൽ അവയെ പെരുപ്പിച്ചു പറഞ്ഞ് സമൂഹത്തെ അവഹേളിക്കുകയല്ല വേണ്ടത്. വരേണ്യ സംസ്കാരത്തിനുടമകളെന്നു സ്വയം കരുതുന്ന ചിലർ നിമ്ന സംസ്കാരത്തെ പുച്ഛിക്കുന്നത് കാണാറുണ്ട്. വരേണ്യ; നാടൻ, കാടൻ എന്ന വിശേഷണങ്ങൾ തന്നെ അർത്ഥശൂന്യമാണ്. അവ അകന്നു നില്ക്കുന്നവയല്ല. സംസ്കാരത്തിന്റെ അനുസ്യൂതമായ തുടർച്ചയാണ് അവയിൽ സംദൃശ്യമാകുന്നത്. യഥാർത്ഥത്തിൽ തെറ്റും ശരിയും കണ്ടെത്തലല്ല ഫോക്‌ലോർ പഠനത്തിന്റെ ലക്ഷ്യം. ജനജീവിത-സംസ്കാരങ്ങളുടെ അർത്ഥവും പൊരുളും കണ്ടെത്തി വ്യാഖ്യാനിക്കുകയെന്നത് ജനസംസ്കാരപഠനത്തിന്റെ ലക്ഷ്യങ്ങളിലൊന്നാണ്. എന്തുകൊണ്ടും അസംബന്ധകല്പനകളെക്കുറിച്ചുള്ള അന്വേഷണം ജനസംസ്കാരപഠനത്തിൽ അനിവാര്യവും പ്രസക്തവുമായി തോന്നുന്നു.

ഈ ഗ്രന്ഥത്തിൽ ഓരോ അദ്ധ്യായത്തിലും പരാമൃഷ്ടഗ്രന്ഥങ്ങളെ സംബന്ധിച്ച അടിക്കുറിപ്പുകൾ ചേർക്കുന്നതിനു പകരം അതതിടത്തു തന്നെ 'ബിബ്ലിയോഗ്രഫിക് കോഡ്' ഉപയോഗിച്ചു സൂചിപ്പിക്കുകയാണ് ചെയ്തിട്ടുള്ളത്. അതുപോലെ തന്നെ, സങ്കേതപദസൂചികയിൽ പേജ് നമ്പറുകൾ കുറിക്കുന്നതിനു പകരം, ഗ്രന്ഥത്തിലെ അദ്ധ്യായങ്ങൾ പാർശ്വശീർഷകങ്ങൾ എന്നിവയ്ക്കു സംഖ്യാനസമ്പ്രദായമനുസരിച്ചു നല്കിയ അക്കങ്ങളാണ് ചേർത്തിരിക്കുന്നത്.

ഡോ. എം വി വിഷ്ണുനമ്പൂതിരി

ഫോക്‌ലോറും അസംബന്ധകല്പനകളും

അസംബന്ധമോ അയുക്തികമോ അബദ്ധമോ അസംഗതമോ വിഡ്ഢിത്തമോ ആയ കാര്യങ്ങളെ സൂചിപ്പിക്കുവാൻ 'അബ്സേഡ്' എന്ന പദമാണ് ഇംഗ്ലീഷിൽ പ്രയോഗിച്ചു വരുന്നത്. വ്യക്തവും നിരാക്ഷേപവുമായ കാര്യകാരണങ്ങൾക്കും യാഥാർത്ഥ്യത്തിനും എതിരായിട്ടുള്ളതാണത്. ക്രമവിരുദ്ധമായ മണ്ടത്തരമായ വിവേചനാശക്തിയില്ലാത്ത അയഥാർത്ഥമായ യുക്തിവിരുദ്ധമായ, അപഹാസ്യമായ, അബദ്ധമായ, പ്രകൃതിയുടെ സാധാരണഗതിയിൽനിന്നും വ്യതിചലിച്ച, നിരർത്ഥകമായ, അനുചിതമായ, മൂഢമായ, യുക്തിയുക്തമല്ലാത്ത, അശിക്ഷിതമായ തുടങ്ങിയ വിശേഷണങ്ങളാണ് പ്രസ്തുതപദത്തിന്റെ അർത്ഥവിശദീകരണമായി നിഘണ്ടുക്കളിൽ (6:7) ചേർത്തുകാണുന്നത്.

1.1 അസംബന്ധ കല്പന

'അബ്സേഡ്' എന്നതിൽനിന്നാണ് നാസ്തികചിന്തയെന്നു വിശേഷിപ്പിക്കാറുള്ള അയുക്തിവാദം (absurdism) എന്ന പദം ഉരുത്തിരിഞ്ഞത്. ലോകജീവിതം യുക്തിരഹിതവും അർത്ഥശൂന്യവുമാണെന്ന് അയുക്തിവാദികൾ കരുതുന്നു. പൗരാണിക ചിന്തകളെ നിരാകരിക്കുന്നതും ഭൗതിസത്തയ്ക്കു പ്രാമുഖ്യം നല്കുന്നതുമായ അസ്തിത്ത്വവാദദർശന (എക്സിസ്റ്റൻഷ്യലിസ)ത്തോടു കൂടുതൽ അടുപ്പമുള്ളവയാണ് അയുക്തവാദചിന്തകൾ. വ്യക്തിചിന്തയുടെ പ്രഥമതത്ത്വത്തിനുതന്നെ കടകവിരുദ്ധമായതാണ് 'അബ്സേഡിസം.'

പാശ്ചാത്യ ചിന്തകന്മാർ വളർത്തിയെടുത്ത 'അയുക്തിവാദ'ത്തിൽ നിന്ന് അല്പം വഴിമാറിയാണ് പൗരസ്ത്യ ചിന്തകൾ പോകുന്നത്.

ഭൗതികലോകവും ഭൗതികസുഖവും അയുക്തികമാണെന്നു (മായയാണെന്നു) പൗരസ്ത്യലോകം വിശ്വസിക്കുന്നുണ്ടെങ്കിലും ആദ്ധ്യാത്മികതയുടെ യുക്തിപരതയിലാണ് ആ ചിന്തകൾ പ്രായേണ ചെന്നെത്തുന്നത്. വേദപുരാണാദികളിൽ നിറഞ്ഞു നില്ക്കുന്ന പുരാവൃത്തങ്ങൾ പലതും അയുക്തികമാണെന്നു പ്രത്യക്ഷത്തിൽ തോന്നിയേക്കാം. എന്നാൽ അവയുടെ ആന്തരസത്ത അപഗ്രഥിച്ചെടുക്കുമ്പോൾ അവ അസംബന്ധകല്പനകളല്ലെന്നു തിരിച്ചറിയുവാൻ കഴിയും.

1.2 അസംബന്ധ കല്പനകളുടെ പൊരുൾ

അസംബന്ധകല്പനകളിൽ നല്ലൊരു ഭാഗം വിരോധാഭാസപരമായ ആവിഷ്കാരങ്ങളാണെന്നു പൊതുവെ പറയാം. ആദ്യചിന്തയിൽ വിരുദ്ധമോ വിപരീതമോ ആയി പ്രത്യക്ഷമാകാമെങ്കിലും അവയിൽ ശരിയായ വസ്തുതകൾ കണ്ടുകൂടായ്കയില്ല. പെട്ടെന്നു മണ്ടത്തരമായി തോന്നാവുന്ന പലപ്രയോഗങ്ങളിലും ശരിയായ വിശകലനത്തിലൂടെ അർത്ഥപുഷ്ടികണ്ടുവെന്നുവരാം.

സംസ്കാര നിഷേധമാണ് അസംബന്ധകല്പനകളെന്നു ഒരിക്കലും കരുതുവാൻ വഴിയില്ല. പ്രപഞ്ചത്തിനെ സംബന്ധിച്ച യഥാർത്ഥ തത്ത്വം അറിയാതെയുള്ള സങ്കല്പങ്ങൾ ധാരാളമുണ്ട്. എന്നാൽ, യുക്തിഹീനമായി ആവിഷ്കരിക്കുന്നത് എല്ലായ്പ്പോഴും യഥാർത്ഥ ജ്ഞാനത്തിന്റെ കുറവുകൊണ്ടുതന്നെയാകണമെന്നില്ല. യഥാർത്ഥജ്ഞാനം ഉൾക്കൊണ്ടിട്ടും അസംബന്ധകല്പനകളുടെ പിന്നാലെ പോയെന്നുവരാം. ശരിയായ വസ്തുതകൾ യുക്തിരഹിതമോ തെറ്റോ ആയ വഴിക്കു അവതരിപ്പിക്കുവാനുള്ള താല്പര്യം പലപ്പോഴും മനുഷ്യരിൽ കാണാറുണ്ട്. ഒരു വസ്തുത ഏറ്റക്കുറച്ചിലില്ലാതെ അതേപടി അവതരിപ്പിക്കുന്നതിനെക്കാൾ അല്പം ദൂഷിതമാക്കി അവതരിപ്പിക്കുകയെന്നതിലാണ് ചിലപ്പോൾ സമൂഹം രസിക്കുന്നത്.

മാനുഷിക പ്രവർത്തനങ്ങൾക്കെല്ലാം — അത് സർഗ്ഗാത്മകമായാലും അല്ലെങ്കിലും– ചിലപ്പോൾ ഹാസ്യാനുകരണ പ്രവണത പ്രചോദക ശക്തിയായി വർത്തിക്കാം. മനുഷ്യന്റെ ശാരീരികമോ മാനസികമോ ആയ വൈകല്യങ്ങളെ കാർട്ടൂൺ ചിത്രകാരന്മാർ വികടചിത്രങ്ങളായി അവതരിപ്പിച്ചു കാണാറുണ്ടല്ലോ. അത്തരമൊരു പ്രവണത ജീവിതരംഗങ്ങളിലെല്ലാം കണ്ടുകൂടായ്കയില്ല. നമ്മുടെ പാട്ടുകളിലും മൊഴികളിലും കലകളിലും കളികളിലുമൊക്കെ പരിഹാസ ചിത്രീകരണങ്ങൾ കടന്നു കൂടുന്നതിന്റെ പശ്ചാത്തലം അതായിരിക്കണം.

എന്തെങ്കിലും പ്രത്യേകമോ പ്രതിലോമമോ ആയ താല്പര്യമോ ഉദ്ദേശ്യമോ ബോധപൂർവ്വമായോ അല്ലാതെയോ മനുഷ്യന്റെ കർമ്മരംഗങ്ങൾക്കെല്ലാം പ്രേരകമായിക്കൂടായ്കയില്ല. തലതിരിഞ്ഞതോ വിലക്ഷ

ണങ്ങളോ അസംബന്ധമെന്ന് തോന്നിക്കുന്നതോ ആയ ആവിഷ്കാരങ്ങൾക്ക് അവ പലപ്പോഴും ഹേതുകമാകാം. യുക്തിരഹിതമായ ചില പ്രവർത്തനങ്ങൾ സാഫല്യമടഞ്ഞില്ലെന്നുവരാം. എന്നാൽ, മനുഷ്യന്റെ അഭിലാഷ സഫലീകരണത്തിനു ഉപാധിയായി പ്രവർത്തിക്കാറുണ്ട്. ചിലതെല്ലാം ചിരിക്കുവാൻ വേണ്ടിയുള്ളതാവാം. സമൂഹത്തിൽ അവയ്ക്കും ചില ധർമ്മങ്ങൾ നിറവേറ്റുവാൻ കഴിയും. ചില അർത്ഥ സന്ദേശങ്ങൾ നല്കി സമൂഹത്തിൽ ചലനമുണ്ടാക്കുവാൻ ചിലപ്പോഴെല്ലാം അവയ്ക്കു കഴിയും. ഒന്നിലും ഗൗരവം ദീക്ഷിക്കാതെ നർമ്മരസത്തിനു വേണ്ടി ചിലപ്പോൾ ആവിഷ്കരിക്കപ്പെട്ടുവെന്നു വരാം. അതേസമയം അയുക്തികത ആദ്ധ്യാത്മികതയോളം ചെന്നെത്തുന്ന സന്ദർഭങ്ങളും ഇല്ലെന്നില്ല.

അസംബന്ധകല്പന/അയുക്തികചിന്തകൾക്കെല്ലാം അടിസ്ഥാനം 'അബ്സേഡിസ'മാണെന്നു പറയുവാൻ കഴിയുകയില്ല. പ്രതിരൂപാത്മകതമായ ആവിഷ്കാരങ്ങളാകാം അത്തരം ചിത്രീകരണങ്ങളിൽ പലതും. പ്രാഥമിക ചിന്തയിൽ അയുക്തമാണെന്നു തോന്നിക്കുന്നവ, പിന്നീടുള്ള സൂക്ഷ്മ നിരീക്ഷണത്തിൽ അങ്ങനെയുള്ളവയല്ലെന്നു ബോദ്ധ്യപ്പെടാവുന്ന സന്ദർഭങ്ങളുമുണ്ട്.

1.3 ഫോക്‌ലോറും അസംബന്ധകല്പനയും

ജീവിതസംസ്കാരങ്ങളുടെ പൊതുധാരയിൽനിന്നു ഭിന്നമായ ലഘു കൂട്ടായ്മയാണ്. 'ഫോക്' (ജനം) എന്ന പദംകൊണ്ട് വിവക്ഷിക്കുന്നത്. 'ഫോക്‌ലോർ' എന്നതാകട്ടെ, ഫോക്കിന്റെ (ജനത്തിന്റെ അറിവാകാം; 'ഫോക്'നെ (ജനത്തെ)ക്കുറിച്ചുള്ള അറിവാകം. "ഒരു സാമാന്യ അംശത്തിൽ പൊതുവായി പങ്കുകൊള്ളുന്ന ജനങ്ങളുടെ ഏതു സംഘത്തെയും 'ഫോക്' എന്ന പദം സൂചിപ്പിക്കും" (4:11). ഭാഷ, ഭക്ഷണം, വസ്ത്രധാരണം, ആചാരം, വിശ്വാസം, ആരാധന, വിനോദം, കലാ നിർവ്വഹണം, അനുഷ്ഠാനച്ചടങ്ങുകൾ, അലങ്കരണങ്ങൾ, കരവിരുത്, പുരാസങ്കല്പങ്ങൾ, പാട്ടുകൾ, മൊഴികൾ, ഐതിഹ്യങ്ങൾ, തൊട്ടുള്ള ഗണങ്ങളിലെല്ലാം സമാനത പുലർത്തുന്ന ഒരു ലഘു കൂട്ടായ്മയായിരിക്കും അത്. നിമ്ന മേഖലയിലുള്ള ജനങ്ങളെയാണ് അതുകൊണ്ട് അർത്ഥമാക്കുന്നതെന്നാണ് ചിലരുടെ പക്ഷം, 'പരിഷ്കൃത സമൂഹത്തിലെ അപരിഷ്കൃത ഘടകമാണത്. സാക്ഷര സമൂഹത്തിലെ നിരക്ഷരരാണവർ' (5:2) എന്നും അഭിപ്രായപ്പെടുന്നവരുണ്ട്. അതെന്തായാലും, ഭാഷാവ്യവഹാരങ്ങളടക്കം ജീവിതത്തിലെ സർവ്വരംഗങ്ങളിലും യുക്തിരാഹിത്യവും അശിക്ഷിതത്ത്വവും കൂടുതൽ കാണുന്നത് അത്തരം സമൂഹങ്ങളിലത്രെ. ഓരോ 'ജന'ത്തിന്റെയും ജീവിതരംഗങ്ങളിൽ സ്ഥിരമായി നില്ക്കുന്ന സവിശേഷതകൾ അവയോരോന്നിനെയും തിരിച്ചറിയുവാനുള്ള സാംസ്കാരിക ചിഹ്നങ്ങളാണെന്നു പറയാം. ഓരോ കൂട്ടായ്മയും പ്രായേണ അവർ

അംഗീകരിച്ച ജീവിതമാതൃകകളും സാമൂഹിക നിയമങ്ങളും പാരമ്പര്യമായി പിന്തുടർന്നു വരുന്നവരാണ്. കാലാനുസൃതമായി ചില കാര്യങ്ങളിൽ ചില അയവുകൾ അവയിൽ ബോധപൂർവ്വമല്ലാതെ സംഭവിച്ചുവെന്നു വരാം. ഏതായാലും ഒരു പൊതുമനസ്സ് ഓരോ കൂട്ടായ്മയ്ക്കും ഉണ്ടാവും.

ഫോക്‌ലോറിൽ (നാട്ടറിവിൽ) അസംബന്ധകല്പനകളും അയുക്തകമായ ചിന്തകളും കാണുക സ്വാഭാവികമാണ്. 'ജന'ത്തിന്റെ ജീവിതശൈലിയും ജീവിതഗതിയും ഗതാനുഗതികന്യായേന നീങ്ങുന്നതാകയാൽ അവയിൽ തെറ്റും ശരിയും തിരിച്ചറിയുവാനുള്ള ശ്രമം പൊതുവെ ഉണ്ടാകാറില്ല. പുരാസങ്കല്പങ്ങളിലും ജീവിതവീക്ഷണത്തിലും ലോകവീക്ഷണത്തിലും വിശ്വാസം, വിലക്ക് എന്നിവകളിലുമൊക്കെ 'ജന'ത്തിനു പൈതൃകമായുള്ള ചിന്തകൾ അതേപടി പിന്തുടർന്നു വരുന്നതായാണ് പലപ്പോഴും കാണുന്നത്. ഇത്തരം ചിന്തകളും പ്രവർത്തനങ്ങളും സുചിന്തിതങ്ങളായിരിക്കണമെന്നില്ല.

ചില കൂട്ടായ്മ(ജന)കളുടെ പ്രവർത്തനങ്ങൾ അസംബന്ധമോ ആഭാസമോ യുക്തിഹീനമോ അപഹാസ്യമോ ആയി ആ കൂട്ടായ്മയ്ക്കു പുറത്തുള്ളവർക്കു തോന്നിയേക്കാം. മനോവാക് കർമ്മങ്ങളിൽ പ്രകടമാകുന്ന അത്തരം വികലതകളെ മറ്റുള്ളവർ അവരുടെ വാങ്മയങ്ങളിലൂടെ അപഹസിച്ചുവെന്നു വരാം. അസംബന്ധകല്പനകളെ ഫോക്കിന്റെ പൊതുലക്ഷണമായി, കൂട്ടായ്മകളെ തിരിച്ചറിയുവാനുള്ള അനന്യതയായി കാണുന്ന സന്ദർഭങ്ങൾ വിരളമല്ല.

വംശീയ കൂട്ടായ്മകളുടെ കാര്യത്തിലെന്നപോലെ, പ്രാദേശിക കൂട്ടായ്മകളുടെ കാര്യത്തിലും മേല്പറഞ്ഞവ ബാധകമാണ്. സംസാര ഭാഷയിൽ വരുന്ന വ്യതിചലനങ്ങളാണ് ഇവയിൽ പ്രഥമ ഗണനീയം. 'ആറു നാട്ടിൽ നൂറുഭാഷ' എന്ന പഴമൊഴി പ്രാദേശിക ഭേദങ്ങളുടെ ആധിക്യമാണ് സൂചിപ്പിക്കുന്നത്. ഒരു നാട്ടിലെ ഭാഷ മറ്റൊരു നാട്ടുകാർക്ക് തെറിയോ അസംബന്ധമോ ആഭാസമോ ആയി തോന്നാറുണ്ട്. 'ഒരൂരിലെ ഭാഷ ഒരൂരിലെ തെറി' എന്ന ചൊല്ല് അതാണ് വ്യക്തമാക്കുന്നത്. ഒരു പ്രദേശത്തുകാർ മറ്റൊരു പ്രദേശത്തുകാരോട് സംസാരിക്കുമ്പോൾ ശ്രദ്ധിച്ചില്ലെങ്കിൽ പലപ്പോഴും കുഴപ്പം സംഭവിച്ചേക്കാം.

ശരിയും തെറ്റും/ നന്മയും തിന്മയും തിരിച്ചറിയുകയല്ല ഫോക്‌ലോർ പഠനത്തിന്റെ ലക്ഷ്യം. 'ജന'ത്തിന്റെ ജീവിതമാർഗ്ഗത്തിൽ പ്രത്യക്ഷമാകുന്ന സാംസ്കാരിക ഗണങ്ങളുടെ തനിമ കണ്ടെത്തുകയാണ് അതിലൂടെ നിർവ്വഹിക്കേണ്ടത്. ഗ്രാമ്യം, അശ്ലീലം തുടങ്ങിയവ വരേണ്യസംസ്കൃതിയിൽ വർജ്ജിക്കപ്പെട്ടവയാണ്. എന്നാൽ, നാടൻ സംസ്കൃതിയുടെ ലോകത്ത് അവയ്ക്കൊന്നും വിലക്കുകളില്ല. മാനുഷികമായ ഏതും ഫോക്‌ലോറിൽ പ്രസക്തം തന്നെ. തെറിപ്പാട്ടുകളും അശ്ലീല ചിത്രങ്ങളും ആഭാസനാടകങ്ങളും പുറാട്ടുകളികളുമൊക്കെ ജനസംസ്കാര

പഠനത്തിൽ രസാവഹമായ വിഷയങ്ങളാണ്.

അമേരിക്കൻ ഫോക്‌ലോറിസ്റ്റായ വില്യം ആർ ബാക്സം ഫോക്‌ലോറിന്റെ ധർമ്മങ്ങളെക്കുറിച്ചു വിശദീകരിക്കുന്ന സന്ദർഭത്തിൽ, അസഭ്യവും നിന്ദ്യവുമായി തോന്നുന്ന വസ്തുതകളെ സംബന്ധിച്ചു പരാമർശിക്കുന്നുണ്ട്. അബോധധോപാധികളാൽ വിചിത്ര കല്പനയുടെ നിലയിലായിരിക്കുന്ന ആഗ്രഹങ്ങളുടെ സഫലീകരണമെന്ന നിലയിലോ ലൈംഗികവിലക്കുകളിൽനിന്നുള്ള മോചനമെന്ന നിലയിലോ ഉള്ളതാണ് ഫോക്‌ലോറെന്നും, ആ വീക്ഷണത്തിൽ ഫോക്‌ലോർ സംസ്കാരത്തിൽ നിന്നും വിരുദ്ധമായി നില്ക്കുന്നുവെന്ന് തോന്നാമെങ്കിലും അതു സംസ്കാരത്തിലേക്കു പകരുമ്പോൾ അർത്ഥവത്തും ഫോക്‌ലോറിന്റെ വ്യാഖ്യാനത്തിനു വ്യഞ്ജകവുമായിത്തീരുമെന്നും അദ്ദേഹം ആദ്യമായി വ്യക്തമാക്കുന്നു (1:55). രതി എല്ലാ സമൂഹത്തിലും ഒരു പ്രചോദകമാണെന്നാണ് ഫ്രോയിഡിന്റെ ജീവശാസ്ത്രപരമായ നിർവ്വചനം. അത് എതിർക്കപ്പെട്ടാലും അബോധധോപാധി തള്ളപ്പെടുകയില്ലെന്നു ബാസ്കം പറയുന്നു. മനോവിശ്ലേഷണ പദ്ധതിയിൽ വിശ്വസിക്കുന്നവർ അസഭ്യമോ നിന്ദ്യമോ ആയവയെ പരിഗണിക്കുകയും ലൈംഗിക പ്രതിബിംബങ്ങളുടെ സമീകരണത്തിൽ ഊന്നുകയും ചെയ്യുന്നുണ്ട്. ഫ്രോയിഡിന്റെ ശാസ്ത്രീയമായ തത്ത്വത്തിനു വിവിധങ്ങളായ പ്രായോഗികതകളുണ്ട്.

സമൂഹത്തിന്റെ വിലക്കുകൾ മനുഷ്യന്റെ ആഗ്രഹങ്ങളെയും വികാരങ്ങളെയും ദമനം ചെയ്യുന്നതിനാൽ അവ സാഫല്യമടയുന്നില്ല. സമൂഹത്തിന്റെ നിരോധനങ്ങളിൽനിന്ന് വിചിത്രമായ മനഃസങ്കല്പത്തിലേക്ക് അവൻ പ്രവേശിക്കുന്നു. അബോധമനസ്സിൽ നിറഞ്ഞു നില്ക്കുന്ന ഗതകാലാനുഭവങ്ങൾ തൃപ്തികരമായിക്കൊള്ളണമെന്നില്ല. ദമനം ചെയ്യപ്പെട്ടതോ മറ്റേതെങ്കിലും വിധത്തിൽ ചേതനയിൽനിന്നു അപ്രത്യക്ഷമായതോ ആയ മാനസികാനുഭവങ്ങളാണ് അബോധമനസ്സിലെ ഉള്ളടക്കം (42:240). അബോധമനസ്സ് ഉണർത്തുന്ന വികാരങ്ങൾ നിയന്ത്രിക്കപ്പെടുന്നില്ലെങ്കിൽ അവ ചിലപ്പോൾ സാമുദായിക നിഷേധമായിത്തീർന്നേക്കാം. അടിച്ചമർത്തപ്പെട്ട വികാരങ്ങൾ മറ്റൊരുതരത്തിൽ ബഹിർഗമിക്കുമെന്നാണ് മനശ്ശാസ്ത്ര സിദ്ധാന്തം. ഇത് ഉദാത്തീകരണമാണ്. മനസ്സിലെ ചിന്തകളും വികാരങ്ങളും അതേരൂപത്തിൽ ആയിരിക്കുകയില്ല പ്രത്യക്ഷപ്പെടുക. അശ്ലീലമെന്നോ ആഭാസമെന്നോ നിന്ദ്യമെന്നോ ഗ്രാമ്യമെന്നോ വിശേഷിപ്പിക്കപ്പെടാവുന്ന കഥകൾക്കും പുരാവൃത്തങ്ങൾക്കും പുറാട്ടുകൾക്കും കളികൾക്കും നാടൻഗാനങ്ങൾക്കും മറ്റു അസഭ്യമായ പെരുമാറ്റങ്ങൾക്കും വാങ്മയങ്ങൾക്കും വഴിയൊരുക്കുന്നതും ഇത്തരം വിലക്കുകളാണെന്നു സൂക്ഷ്മമായി ചിന്തിച്ചാലറിയാം. സമൂഹത്തിൽ തുറന്നു അവതരിപ്പിക്കുവാൻ കഴിയാത്ത വസ്തുതകൾ മറ്റൊരു രൂപത്തിൽ പ്രത്യക്ഷപ്പെടുകയെന്നത് സ്വാഭാവികമാണ്. 'ജന'ജീവിതത്തിലെ

സാധാരണചുറ്റുപാടുകളും സംഭവങ്ങളും ചിന്തകളുമൊക്കെ ഫോക്‌ലോറിൽ പ്രതിഫലിക്കാതിരിക്കയില്ല. അസംബന്ധകല്പനകളെക്കുറിച്ചുള്ള അന്വേഷണപഠനങ്ങൾക്കു നാടോടിവിജ്ഞാനീയത്തിൽ പ്രസക്തിയുണ്ടെന്നു പറയുന്നത് അതുകൊണ്ടാണ്.

അബോധമനസ്സിന്റെ പ്രവർത്തനം നിത്യജീവിതവ്യവഹാരങ്ങളിൽ ചിലപ്പോൾ പ്രത്യക്ഷപ്പെടാം. ഫ്രോയ്ഡിന്റെ വീക്ഷണത്തിൽ സംഭാഷണത്തിലുണ്ടാകുന്ന അസംബന്ധ പ്രയോഗങ്ങളും മറ്റും അബോധമനസ്സിന്റെ ഇടപെടൽ മുഖേന സംഭവിക്കുന്നതത്രെ. ഫ്രോയ്ഡിന്റെ കേന്ദ്രവീക്ഷണം നഷ്ടപ്പെടാതെ, മനോവിശ്ലേഷണ പദ്ധതി നാടൻ പാരമ്പര്യങ്ങളിൽ പരീക്ഷിച്ചു നോക്കിയവരുണ്ട്. ലെഗ്മാൻ ഫ്രോയ്ഡിന്റെ മനോവിശ്ലേഷണപദ്ധതിയിലൂടെ മനുഷ്യൻ അസഭ്യതകൾ പറയുന്നതെന്തുകൊണ്ട് എന്ന് വ്യക്തമാക്കുവാൻ ശ്രമിച്ചു. അസംബന്ധ കല്പനകൾ ഒഴിവാക്കിക്കൊണ്ടുള്ള ഒരു 'ജനസംസ്കാര'പഠനം സുസാദ്ധ്യമല്ലെന്നു വ്യക്തമാണ്.

1.4 വിഷയവ്യാപ്തി

വളരെ വ്യാപ്തിയേറിയ ഒരു ചിന്താമണ്ഡലമാണ് ജനസംസ്കാര പഠനത്തിൽ കാലുറപ്പിച്ചുകൊണ്ടുള്ള അസംബന്ധകല്പനകളുടെ അന്വേഷണം. നാടൻകലകൾ, നാടൻകളികൾ, പുറാട്ടുകൾ നാടൻപാട്ടുകൾ, കടങ്കഥകൾ, മൊഴികൾ, നാടൻ പുരാവൃത്തങ്ങൾ, വിശ്വാസങ്ങൾ, വിലക്കുകൾ, നാടൻ കഥകൾ, കളമെഴുത്ത് തുടങ്ങിയ കരവിരുതു പാരമ്പര്യം മുതലായ 'ജന'ത്തിന്റെ നിത്യ ജീവിത ബന്ധമുള്ള കാര്യങ്ങളെല്ലാം അതിന്റെ പരിധിയിൽ വരും. വസ്തുക്കൾക്കും വ്യക്തികൾക്കും പേരിടുന്നതിൽപ്പോലും യുക്തിരാഹിത്യം തോന്നിക്കുന്ന സന്ദർഭങ്ങൾ കാണുവാൻ കഴിയും.

നാടൻ ജീവിതമെന്നത് ഏറെ ചിട്ടപ്പെടുത്തിയതോ ക്രമപ്പെടുത്തിയതോ ആയിരിക്കണമെന്നില്ല. അത് പലപ്പോഴും തനിയേ ശീലിച്ചുപോന്നതോ താനേ തോന്നിയതോ ആയ വഴിക്കു നീങ്ങിക്കൊണ്ടിരിക്കുന്നതാകാം. ബൃഹത് സംസ്കൃതിയുടെ അനുകരണങ്ങളോ അപഭ്രംശങ്ങളോ അതിൽ കടന്നു കൂടായ്കയുമില്ല. അസാധാരണത്വമോ അനൗചിത്യമോ അപഹാസ്യതയോ അത്തരം ഘടകങ്ങൾക്കുണ്ടെന്നു 'ജന' (കൂട്ടായ്മ)ത്തിനു തോന്നിക്കൊള്ളണമെന്നില്ല. മറ്റുള്ളവരുടെ വീക്ഷണത്തിൽ പരിശോധിക്കുമ്പോഴാണ് അത്തരം കാര്യങ്ങൾ അസംബന്ധകല്പനകളാകുന്നത്. ഏതു നിലയ്ക്കും ജനസംസ്കാരപഠനത്തിൽ നിരീക്ഷിക്കപ്പെടേണ്ട ഒരു വിഷയമാണിതെന്നതിൽ സംശയമില്ല.

കലാചിന്തകളിലും സാഹിത്യ നിരൂപണാദികളിലുമൊക്കെ വളരെ ദുർല്ലഭമായി അന്വേഷണ വിഷയമാക്കി കാണാറുള്ളതാണ് 'അയുക്തി

വാദം' (absurdism) അഥവാ അസംബന്ധകല്പനകൾ. ഈ വിഷയത്തെക്കുറിച്ച് ആലോചിക്കുവാൻ ഏറെ പ്രസക്തിയുള്ള മേഖലയാണ് ഫോക്‌ലോർ. എന്നാൽ, ആ വഴിക്കുള്ള ചിന്തകളൊന്നും തീരെ നടന്നതായറിവില്ല. അസംബന്ധ കല്പനകൾ പലതും സൂക്ഷ്മാപഗ്രഥനത്തിനും പഠനത്തിനും വിധേയമാകുമ്പോൾ, അവയിൽ ചിന്താബന്ധുരമായ ആശയങ്ങൾ പലതും കണ്ടെത്തുവാൻ കഴിയും. അപഹാസ്യമോ നിരർത്ഥകമോ അയുക്തമോ അബദ്ധമോ ആയി തോന്നുന്ന പലതും തള്ളിക്കളയേണ്ടവയല്ലെന്നു അപ്പോൾ ബോദ്ധ്യമാകും.

അസംബന്ധകല്പനകൾ നാടൻപാട്ടുകളിൽ

നാടൻ പാട്ടുകൾ ജനജീവിതത്തിന്റെ നാനാരംഗങ്ങളുമായി ബന്ധപ്പെടുന്നവയാണ്. കളിയും ചിരിയും കരച്ചിലുമായി കഴിയുന്ന നിത്യജീവിതത്തിന്റെ പ്രതിഫലനം അവയിൽ കാണുവാൻ കഴിയും. കൂട്ടായ്മയുടെ ശക്തിയും ദൗർബല്യവുമൊക്കെ അവ ഉൾക്കൊള്ളുന്നു. ജനത്തിന്റെ അർത്ഥപൂർണ്ണമായ ചിന്തകളും നിരർത്ഥകമെന്നു തോന്നിക്കുന്ന അസംബന്ധകല്പനകളും നാടൻ പാട്ടുകൾക്കു വിഷയമായിട്ടുണ്ട്. അത്തരം നാടൻപാട്ടിനങ്ങളെക്കുറിച്ചുള്ള പരിമിത പരിചിന്തനമാണ് ഇവിടെ നിർവ്വഹിക്കുന്നത്.

2.1 കുമ്മാട്ടിക്കളിപ്പാട്ടുകൾ

തൃശൂർ, പാലക്കാട്, വയനാട് എന്നിവിടങ്ങളിലെല്ലാം കുമ്മാട്ടിക്കളി എന്ന പേരിൽ കലാനിർവ്വഹണമുണ്ടെങ്കിലും, ഓണാഘോഷത്തിന്റെ ഭാഗമായി ഒരു വിനോദകലാനിർവ്വഹണമെന്ന നിലയിൽ അവതരിപ്പിച്ചുപോരുന്നത് തൃശൂരിലാണ്. വടക്കുംനാഥന്റെ നിർദ്ദേശമനുസരിച്ച് ഭൂതഗണങ്ങൾ നർത്തനം ചെയ്തുവെന്നാണ് അതിന്റെ ഉല്പത്തിപുരാവൃത്തം. വേഷങ്ങൾ കുമ്മാട്ടിപ്പുല്ല് എന്നു കൂടിപേരുള്ള പർപ്പടകപ്പുല്ല് ശരീരത്തിൽ വെച്ചു കെട്ടാറുള്ളതുകൊണ്ടത്രെ അതിനു കുമ്മാട്ടിക്കളി എന്ന പേർ സിദ്ധിച്ചത്. തള്ളക്കുമ്മാട്ടി, കിരാതൻ, ശിവൻ, ശിവഭൂതങ്ങൾ, ബാലി, സുഗ്രീവൻ, ഹനുമാൻ, നാരദൻ, ശ്രീകൃഷ്ണൻ തുടങ്ങിയ വേഷങ്ങൾ ഭവനംതോറും ചെന്ന് കളിക്കും. ചെണ്ട, വില്ല് തുടങ്ങിയവയാണ് വാദ്യോപകരണങ്ങൾ. കുമ്മാട്ടിക്കളിക്കു സംഘത്തിലുള്ള പാട്ടുകാർ പല പാട്ടുകളും പാടും. ഇതിഹാസപുരാണകഥാവലംബികളായ പാട്ടുകൾക്കു പുറമെ ചില വിനോദഗാനങ്ങളും പാടാറുണ്ട്.

"ഒലച്ചക്കര നാറ്റം കേട്ടാൽ
ഓടിക്കൂടും കുമ്മാട്ടി
എത്താക്കൊമ്പത്ത് എളംപുളിങ്ങ
എത്തിപ്പൊട്ടിക്കും കുമ്മാട്ടി
കുണ്ടൻ കിണറ്റിൽ കുറുവടി വീണാൽ
കുമ്പിട്ടെടുക്കും കുമ്മാട്ടി
കൈതയെനിക്കൊരു പൂവു തന്നു
പൂവ് കൊണ്ടോയ് മാടത്തിൽ വെച്ചു
മാടമെനിക്കൊരു കയറ് തന്നു
കയറ് കൊണ്ടോയ് കാളേ കെട്ടി
കാളയെനിക്കൊരു കുന്തി തന്നു."

എന്നിങ്ങനെ പരസ്പരം ബന്ധമില്ലാത്ത കാര്യങ്ങൾ ഇണക്കിച്ചേർത്തുകൊണ്ടുള്ളതാണ് അതിലൊരുപാട്ട് (16:73).

"പണ്ടൊരു മുനിവര ഹോമം ചെയ്തു
ഹോമക്കുഴിയിൽ കല്ലുമുളച്ചു
കല്ലിട മുകളിൽ പക്കിട തോന്നി
പക്കിട മുകളിൽ പീഠം മുളച്ചു
പീഠത്തിന്മേൽ വാളുമുളച്ചു
വാളെയെടുത്തവനട്ടഹസിച്ചു.
*　*　*　*
കരുതിയ വേടൻ അമ്പതു ചെയ്തു.
അമ്പതു കൊണ്ടഥ പന്നിമറിഞ്ഞു
കെട്ടിവലിച്ചു തോളിലേറ്റി
വെട്ടിനുറുക്കി ചോരകഴുകി
ഉപ്പും മുളകും മുറുകത്തേച്ചു
കോഴിക്കോട്ടുള്ള മുളക്കൊഴക്കരച്ചു
കൊച്ചീജീരക മാഴക്കരച്ചു
കൊല്ലത്തെത്തേങ്ങ പതിനെട്ടരച്ചു
പതിനെട്ടു ചട്ടിയിൽ പകർന്നുവെച്ചു."

തുടങ്ങിയ പാട്ടു (16:73,74) കളിലും അസംബന്ധമോ അസംഭവ്യമോ ആയ കാര്യങ്ങൾ പ്രസ്താവിച്ചു പോകുന്ന ഒരു ശൈലിയാണ് കാണുന്നത്.

"ചേനത്തണ്ടും പയറും തിന്നും
പളുങ്കു വയറാ താണുകളി
ചക്കരക്കുടത്തിൽ കല്ലിട്ടോനേ
പറയന്റെ മോനേ, താണുകളി."

എന്നിങ്ങനെ (16:72) ശകാരത്തിന്റെ ശൈലിയിലുള്ള പാട്ടുകളുമുണ്ട്.

"മുട്ടിനു വെള്ളത്തിൽ മൂന്നാന ചത്തേയ്
നുണയല്ല ചങ്ങായ് ഞാന് പോയ് കണ്ടേയ്
ഗോപുരം തിങ്ങി രണ്ടീച്ച ചത്തേയ്
കളിയല്ല ചങ്ങായ് ഞാൻ പോയ് കണ്ടേയ്
വെള്ളാരം കല്ലിനു മീശ മുളച്ചേയ്
കളിയല്ല ചങ്ങായ് ഞാൻ പോയി കണ്ടേയ്
ആലത്തുരാലിന്മേൽ അഞ്ചാറു ചക്ക
കളിയല്ല ചങ്ങായ് ഞാന് പോയി കണ്ടേയ്."

എന്നിങ്ങനെ തികച്ചും അസംബന്ധകല്പനകൾ നിറഞ്ഞ വരികൾ (16:76) കുമ്മാട്ടിപ്പാട്ടുകളിൽ ധാരാളം കാണാം.

"മഞ്ഞക്കിളിയെ പിടിച്ചാലോ പിന്നെ
പല്ലുംതോലും പറിക്കാലോ
പല്ലുംതോലും പറിച്ചാലോ പിന്നെ
ഉപ്പും മുളകും തിരുമ്മാലോ
ഉപ്പും മുളകും തിരുമ്മ്യാലും പിന്നെ
ചട്ടീലിട്ടു പൊരിക്കാലോ
....
തണ്ടാൻ പടിക്കലും ചെന്നാലോ പിന്നെ
കള്ളാലിത്തിരിമോന്താലോ
കള്ളാലിത്തിരി മോന്ത്യാലോ പിന്നെ
അമ്മേം പെങ്ങളേം തല്ലാലോ."

എന്ന ഭാഗം (16:75) കുമ്മാട്ടിക്കളിക്കു പാടാറുണ്ട്. സംഭവങ്ങളുടെ നൈരന്തര്യമായ പ്രസ്താവനയാണിതെന്നാലും സഭ്യേതരമാണല്ലോ. എന്നിരുന്നാലും, കള്ളുകുടി വരുത്തിവയ്ക്കുന്ന അനർത്ഥങ്ങൾ ഇതിൽ വംഗ്യമര്യാദയിൽ സൂചിതമായിരിക്കുന്നു. സംഘക്കളിയിൽ വിഡ്ഢിയുടെ പുറപ്പാടിനും ഈ പാട്ട് പാടാറുണ്ടത്രേ.

2.2 പാനേങ്കളി പാട്ടുകൾ

കേരള ബ്രാഹ്മണർക്കിടയിൽ പ്രാചുര്യത്തിലുണ്ടായിരുന്ന ഒരു കലാനിർവ്വഹണമാണ് പാനേങ്കളി. ഇതിനു സംഘക്കളി, ചാത്തിരാങ്കം തുടങ്ങി മറ്റു ചില പേരുകളുമുണ്ട്. ഒരനുഷ്ഠാനകലയാണിതെങ്കിലും വിനോദപരമായ അനേകം രംഗങ്ങൾ ഇതിലുണ്ട്. മാത്രമല്ല, അസംബന്ധകല്പനകൾ നിറഞ്ഞ പാട്ടുകളും കാണാം.

"മൂട്ടാ കടിച്ചല്ലോ വലിയാനത്തലവൻ ചത്തു
മൂടിക്കിടന്നൊരു മുതുകയ്യൻ പറന്നേപോയാൽ
കാട്ടിൽ കിടന്നു രണ്ടെലികൂടി കടലുഴുതു
കാലത്തിളവിത്തു വിതച്ചപ്പോൾ അടയ്ക്കാ കാച്ചു
തോണ്ടിയറുത്തപ്പോൾ അരമുറം നിറയെ മാങ്ങ
തോലു കളഞ്ഞപ്പോൾ പത്തഞ്ഞൂറു പറങ്കിക്കപ്പൽ
വലിച്ചപ്പോൾത്തലമാല മുകളിൽ കെട്ടി
കായങ്കുളത്തെല്ല്യോ കടുവായും പുലിയും പെറ്റു
പത്തും പതിനഞ്ചും പണം വിറ്റ ചെറുനാരങ്ങ
കൊമ്പൊന്നനങ്ങാതെ അറുത്തെന്റെ മടിയിൽവെച്ചു"

എന്നിങ്ങനെ (19:144) അത്ഭുതവും അസംബന്ധവും നിറഞ്ഞ കാര്യങ്ങളാണ് 'വട്ടവിരിപ്പ്' എന്ന രംഗത്തിനു പാടുന്ന ഈ പാട്ടിൽ അടങ്ങിയിട്ടുള്ളത്.

"ചേഴിക്കോട് കുറുപ്പും വീട്ടിൽ
ബാലനാട്ടുള്ളൊരു ബാല ചെറുചേകോൻ
വാളുവലിച്ചു രണ്ടോന്തുവെട്ടി
ഓന്തു മുറിഞ്ഞില്ല വാളു വളഞ്ഞേപോയ്
ഓന്തന്മാർക്കൊക്കെ മുഖം കറുത്തു
നെറ്റീമ്മൽ ചൂട്ടുള്ളോരോന്തൻ വന്നാലവൻ
എന്റെ കണക്കിൽ നിന്നങ്കം കണ്ടേൻ
അണ്ടി കരണ്ടൊരണ്ണാറക്കണ്ണൻപോയ്
വേലിപ്പടമേറി അങ്കം കണ്ടോൻ"

തുടങ്ങി (25:61) അസംഭവ്യങ്ങളായ സംഭവങ്ങൾ എടുത്തുപറയുന്ന വരികളും അതിലുണ്ട്. ചിരിക്കുവാൻ മാത്രമുള്ള അസംബന്ധപ്പാട്ടാണിതെങ്കിലും, അങ്കം കാണുവാൻ അന്നത്തെ ജനങ്ങൾ പ്രദർശിപ്പിച്ചിരുന്ന വ്യഗ്രത ഇതിൽ പ്രതിഫലിക്കുന്നു.

"മൂളി നടക്കുന്ന മൂത്തമ്മക്കൊതുകിന്റെ
മൂത്ത മകൾ പെറ്റു മൂവരുണ്ടേ മക്കൾ മൂവരുണ്ടേ
അതിലെല്ലാം മൂത്തവളതിമന്തം കോതേച്ചി
അവളുടെ അനുജത്തി തുരുമുകിച്ചിരുതേവി
അവളുടെ അനുജത്തി സാരസ്യാർ ചെറുചക്കി
അവളുടെ പുരുഷനാം മൂട്ടയിൽ കുറുപ്പൻ"

എന്നിങ്ങനെ (19:145) കൊതുകിന്റെയും മൂട്ടയുടെയും കുടുംബകഥ മാനുഷികഭാവത്തിൽ ചിത്രീകരിക്കുന്ന ഒരുപാട്ട് 'വട്ടമിരിപ്പി'നു പാടാറു

ണ്ട്. ഫോക്‌ലോറിൽ ഇത്തരം കല്പനകൾ ആഭാസമോ അസഭ്യമോ അസംബന്ധമോ ആയി കരുതാറില്ല. പാനേങ്കളിയിലെ വട്ടമിരിപ്പുപാട്ടുകൾ മിക്കതും ഹാസ്യത്തിനു വേണ്ടിയുള്ളവയാണ്.

കയ്മകൾ എന്ന കഥാപാത്രത്തിന്റെ പുറപ്പാടിനു ചൊല്ലാറുള്ള പദ്യങ്ങൾ മിക്കതും അസംബന്ധകല്പനകൾ അടങ്ങിയതാണെന്നു പറയാം.

"ചെമ്മീനെ മീനമാസത്തി
ലമ്മിമേൽ വെച്ചരച്ചുടൻ
അംബുജാക്ഷി ഭുജിച്ചീടിൽ
അമ്മിഞ്ഞ വലുതായ് വരും."

(25:68)

"ചെമ്മീനുപ്പുള്ളി ഗാന്ധാരി
എരിവും പുളിയും സമം
ചെമ്മേ ചേർത്തുള്ള സമ്മന്തി
ബ്രാഹ്മണർക്കും ഭുജിച്ചിടാം"

(19:173)

"കരിമീൻ കുരുടിപ്പാമ്പും
കരിനീറ്റിലരച്ചുടൻ
നാരിമാരുകലക്കീട്ടു
നാഴിച്ചെന്നാൽ നരച്ചിടാ."

(19:174)

എന്നിങ്ങനെ അശ്ലീലവും ആഭാസവും നിറഞ്ഞ ശ്ലോകങ്ങളാണ് അതിലുള്ളത്.

പാനേങ്കളിയിൽ 'തോണിപ്പാട്ടു' പാടുന്ന ഒരു രംഗമുണ്ട്. പാനേങ്കളി നടത്തുന്ന സ്ഥലത്തേക്കുള്ള ഘോഷയാത്രാവേളയിലാണ് അതു പാടുക.

"ആണാണെങ്കിൽ നാണം വേണം
മുഖത്തഞ്ചു മീശ വേണം
ആണും പെണ്ണും കെട്ടവനേ
പോരിനുവാടാ തൈ തൈ
വെളിച്ചെണ്ണേ്യം പുളിഞ്ചാറും
കടിച്ചമ്മ നിന്നെ പെറ്റു
വെളിച്ചത്തു വാടാ നീയ്യി-
ന്നിളിച്ചി വായാ തൈ തൈ"

"അക്കര നിന്നുകൊണ്ടു കൊച്ചക്കോൻ
ചീനക്കുട കാട്ടീന്തത്തൈതത
ഇക്കര നിന്നു കൊണ്ടുകൊച്ചക്കോൻ

ഇക്കരച്ചാടിവീണൂ. ന്തത്തൈത
....
മാറതിലെന്താണ്ടി കൊച്ചന്റമ്മേ
മാതൃക്കനിപ്പഴമോ ന്തതൈത."

എന്നിങ്ങനെ (19:108, 109) തെറിയോടു കൂടിയ വെല്ലുവിളികളും അശ്ലീല പ്രകടനങ്ങളുമടങ്ങിയ തോണിപ്പാട്ടുകൾക്ക് വിനോദിപ്പിക്കുകയെന്നതിൽ കവിഞ്ഞുള്ള ധർമ്മങ്ങളൊന്നുമില്ല.

2.3 കളിപ്പാട്ടുകൾ

നാടൻപാട്ടുകളിൽ സവിശേഷമായൊരു ഗണമാണ് കളിപ്പാട്ടുകൾ. ക്രീഡാവിനോദങ്ങൾക്കു പാടുന്ന വാങ്മയങ്ങളിൽ നിരർത്ഥകങ്ങളോ അസംബന്ധങ്ങളോ ആണെന്നു പറയാവുന്ന ഗാനങ്ങൾ അനേകമുണ്ട്. ഗഹനമായ അർത്ഥകല്പനകളേക്കാൾ താളക്കൊഴുപ്പും പ്രാസഭംഗിയുമാണ് അവയെ ആകർഷകങ്ങളാക്കുന്നത്.

"തപ്പോതപ്പോ കണ്ണാടി
തപ്പുകുടുക്കേലെന്തുണ്ട്
നാഴിപ്പഴയരിച്ചോറുണ്ട്
നാറാണി വെച്ച കറിയുണ്ട്"

എന്നീ വരികൾ (31:132) കുട്ടികളുടെ കൈപിടിച്ചുകൊട്ടിക്കൊണ്ട് താലോലിക്കുമ്പോൾ പാടാറുള്ള 'തപ്പാണിപ്പാട്ടി'ലുള്ളതാണ്. ഇതിനു അനേകം പാഠഭേദങ്ങളുണ്ട്.

കുട്ടികൾ കൈപ്പടം കമിഴ്ത്തിവെച്ച് പുറംഭാഗത്ത് കൈകൊണ്ടു കുത്തി കളിക്കുമ്പോൾ,

"അത്തിക്കുത്തിപ്പതിനാറ്
ആരുപറഞ്ഞു പതിനാറ്
ഞാൻ പറഞ്ഞു പതിനാറ്
പതിനാറില്ലേങ്കിലെണ്ണിക്കോ."

എന്നിങ്ങനെയുള്ള ചില വരികൾ പാടിക്കേൾക്കാറുണ്ട്. ഇതിന്റെ അർത്ഥതലത്തെക്കുറിച്ച് ആരും ചിന്തിക്കാറില്ല.

ചടുകുടു, കാക്കാപ്പീലി തുടങ്ങിയ വിനോദങ്ങൾക്ക് കുട്ടികൾ ഉച്ചരിക്കുന്ന കളിവാക്യങ്ങൾ നിരർത്ഥകങ്ങളും അസംബന്ധങ്ങളുമാണ്.

"ഒരു മുളകെടുക്കണം
കടിക്കണം മുറിക്കണം
കണ്ണില്ത്തേക്കണം
മൂക്കില്ത്തേക്കണം
ചില്ലിത്തെങ്ങിന്റോലീം വെട്ടി
ചില്ലക്കോം... ചില്ലക്കോം... ചില്ലക്കോം.."

എന്നിങ്ങനെയാണ് (31:128) അതിന്റെ സ്വഭാവം.

"കണ്ണാടം പൊത്തി
കടുക്കാടം പൊത്തി
ആരാൻ കുഞ്ഞിന
തൊട്ടും വന്നാൽ
നിനിക്കൊരു തീട്ടക്കട്ട
എനിക്കൊരു തേങ്ങാപ്പൂള്."

എന്നീ വരികൾ 'കണ്ണാൻപൊത്തുകളി'യിൽ കുട്ടിയെ കണ്ണുപൊത്തിക്കൊണ്ടുപോകുമ്പോൾ പാടാറുള്ളതാണ്.

കുത്തിക്കളിയെന്നോ, നുള്ളിക്കളിയെന്നോ പറയാവുന്ന ഒരു വിനോദമാണ് 'അരിപ്പോതിരിപ്പോ കളി'. കുട്ടികൾ വൃത്താകൃതിയിൽ ഇരുന്ന് കൈപ്പടം നിലത്തു മലർത്തിവെക്കുകയും ഒരു കുട്ടി അരിപ്പോതിരിപ്പോ എന്നാരംഭിക്കുന്ന കളിവാക്യപ്പാട്ട് ചൊല്ലി കൈമുഷ്ടി കൊണ്ട് മറ്റു കുട്ടികളുടെ കൈപ്പടത്തിൽ കുത്തുകയും ചെയ്യും.

"അരിപ്പോ തിരിപ്പോ തോരണിമങ്ങലം
പരിപ്പും പന്ത്രണ്ടാനീം കുതിരീം.
ചള്ക്കിട്ട വള്ക്കിട്ട പതിനാം വള്ളി-
ക്കെന്തിൻപൂ - മുരുക്കിൻപൂ
മുരിക്കിന്നരികെ കിടന്നോളെ
കൊങ്ങായ്യെണ്ണ കുടിച്ചോളെ
അരക്കെട്ട് വെറ്റില തിന്നോളെ
അക്കരയിക്കര നില്ക്കും
മാടപ്രാവിന്റെ കൈയോ കാലോ
ചെത്തിക്കൊത്തി മടക്കാക്കോ."

എന്നാണ് (31:127) ആ പാട്ടിന്റെ പൂർണ്ണരൂപം. നിരർത്ഥകമോ അസംബന്ധമോ ആണെന്നു പറയാവുന്നതു തന്നെയാണ് ഈ പാട്ടും. എങ്കിലും അതിലെ 'മുരിക്കിന്നരികെ കിടന്നോളെ' തുടങ്ങിയ ഭാഗങ്ങൾ ഗ്രാമീണാ

ന്തരീക്ഷത്തിൽ സ്ത്രീകൾ പരസ്പരം കുറ്റപ്പെടുത്തി പറയാറുള്ള വിമർശന മൊഴികളെയാണ് ഓർമ്മിപ്പിക്കുന്നത്.

"വൈക്കത്തപ്പാ കോതേച്ചി
കോതകുളങ്ങര കുളിക്കാൻ ചെന്നപ്പം
വെള്ളൂരപ്പന്റെ വെള്ളിക്കിണ്ണം
തല്ലിപ്പൊട്ടിച്ചു കുപ്പേലാക്കി
ഒപ്പക്കിളച്ചു ഓടുപെറുക്കി
കാളക്കാരൻ കേറിയിറങ്ങി"

എന്ന ഭാഗം (11:70) 'ഒന്നും തല്ലിപ്പാറ്റി' എന്ന കളിക്കുപാടുന്ന കളി വാക്യപ്പാട്ടിലുള്ളതാണ്. പരസ്പരം ബന്ധമില്ലാത്ത പദങ്ങൾ ചേർത്തു താളബോധമുണ്ടാകുന്ന ഒരുപാട്ടാണിതും.

"ഒരിക്കാതൊട്ടാവെരിക്കച്ചക്ക
രണ്ടോട്ടം തൊട്ടാതേങ്ങാപ്പൂള്
മൂന്നോട്ടം തൊട്ടാ മുങ്ങിക്കളി"

എന്ന പാട്ടുശകലം ഒരു 'തൊട്ടുകളി'/ എണ്ണിക്കളിക്കു പാടാറുള്ളതാണ്. അസംബന്ധവും നിരർത്ഥകവുമാണിത്. എന്നിരുന്നാലും, തൊട്ടുകൂടായ്മ, ശുദ്ധിക്കായുള്ള കുളി തുടങ്ങിയ പഴയ ആചാരങ്ങളെ പരിഹസിക്കുകയെന്ന ധർമ്മം ഇതിലൂടെ നിറവേറ്റപ്പെടുന്നു. ഒന്നോരണ്ടോ പ്രാവശ്യം സ്പർശിച്ചുപോയാൽ അത്ര കാര്യമായി ഗണിക്കേണ്ടതില്ലെന്നും മൂന്നുപ്രാവശ്യം തൊട്ടുപോയാൽ നിശ്ചയമായും മുങ്ങിക്കുളിക്കണമെന്നുമുള്ള നിയമങ്ങളാണ് ഇതിൽ വിമർശിക്കപ്പെടുന്നത്.

കുട്ടികളെ വിനോദിപ്പിക്കുവാൻ വേണ്ടി പാടുന്ന അനേകം പാട്ടുകളുണ്ട്.

"തൊണ്ടൻ വട്ടീലെന്ത്ണ്ട്
നായ്യരിവെച്ചചോറുണ്ട്
കപ്പക്ക വെച്ച കറിയ്ണ്ട്
അമ്പക്കടച്ചീരെ കൊട്ട്ണ്ട്"

എന്ന ഭാഗം അത്തരത്തിലുള്ള ഒന്നാണ്. വിനോദം മാത്രമാണ് ഈ പാട്ടിന്റെ ധർമ്മം

"അടയ്ക്കാത്തോട്ടിലുരിയരിവെച്ചു
പന്ത്രണ്ടാന പടിഞ്ഞിരുന്നുണ്ടു
വേലീമ്മക്കൊച്ച നിരന്നിരുന്നുണ്ടു
മഠത്തിലെ പാട്ടിയും മക്കളും ബാക്കി."

എന്ന പാട്ട് ശ്രദ്ധിക്കുക. അടയ്ക്കയുടെ തോടിൽ ഉരിയരി പാകം ചെയ്യുകയും അത് പന്ത്രണ്ടാനകൾ പടിഞ്ഞിരുന്ന് ഉണ്ണുകയും കൊറ്റിപ്പക്ഷികൾ വേലിയിന്മേൽ നിരന്നിരുന്ന് ഭക്ഷിക്കുകയും ചെയ്തുവെന്ന പ്രസ്താവനയിൽ അടങ്ങിയ അതിശയോക്തിയും അയുക്തിയും അസംഭവ്യതയും പ്രത്യേകിച്ചു പറയേണ്ടതില്ല. നർമ്മം ജനിപ്പിക്കുന്ന ഈ പാട്ടിലെ അന്ത്യഭാഗം നോക്കുക. അതിഗംഭീരമായി സദ്യ നടത്തപ്പെടുമ്പോഴും പട്ടിണി കിടക്കേണ്ടിവരുന്ന ഒരു കുടുംബത്തിന്റെ അവസ്ഥാവിശേഷം അതിലൂടെ സൂചിപ്പിക്കുന്നുണ്ടെന്നത് ചിന്തനീയമാണ്.

"വാലു പോച്ചിതും കത്തി വന്നിതു... ടും... ടും... ടും..
കത്തിപ്പോച്ചിതു മാങ്ങ വന്നിതു... ടും.. ടും... ടും..
മാങ്ങ പോച്ചിതു പിള്ളവന്നിതു... ടും.. ടും.. ടും..
പിള്ള പോച്ചിതു എണ്ണവന്നിതു.. ടും.. ടും.. ടും.
എണ്ണ പോച്ചിതു ദോശവന്നിതു... ടും... ടും... ടും...
ദോശ പോച്ചിതു കൊട്ടുവന്നീതു... ടും... ടും... ടും..."

എന്ന പാട്ട് (18:54) കുട്ടികളെ വിനോദിപ്പിക്കുവാൻ വേണ്ടി മുത്തശ്ശിമാർ പാടിവരുന്നതാണ്. തിരുവനന്തപുരത്തിനും കന്യാകുമാരിക്കുമിടയിലുള്ള പ്രദേശങ്ങളിൽ പ്രാചുര്യത്തിലുള്ള ഈ പാട്ട് അസ്വഭാവികതകളുടെ ആവിഷ്കാരമാണെന്നു പ്രത്യേകിച്ചും പറയേണ്ടതില്ല.

പ്രായമുള്ളവർ കുട്ടികളെ രസിപ്പിക്കുവാൻ പാടുന്ന നിരരർത്ഥകമായ നാടൻ പാട്ടുകളിൽപ്പെട്ടതാണ് 'കുഞ്ഞിക്കുറുക്കന്റെ പാട്ട്.'

"കുഞ്ഞിക്കുഞ്ഞിക്കുറുക്കാ
നിനക്കെന്തു വെരുത്തം
എനക്കെന്റേട്ടാ
തലക്കുത്തും പനിയും
അതിനെന്തു മരന്ന്
കണ്ടത്തിൽ പോണം
കക്കിരിക്ക പറിക്കണം
കക്കിരിക്ക തിന്നണം
വെള്ളരീൽ പോണം
വെള്ളരിക്ക പറിക്കണം
വെള്ളരിക്ക പറിക്കണം
കറും മുറും തിന്നണം
പാറമേൽപ്പോണം
പറപറ തൂറണം
കുന്നുമ്മപ്പോണം
കൂക്കിവിളിക്കണം."

എന്ന പാട്ട് അസംബന്ധകല്പനകൾ നിറഞ്ഞതാണെന്നു പ്രത്യേകം പറഞ്ഞറിയിക്കേണ്ട ആവശ്യമില്ല.

2.4 പുലയരുടെ പാട്ടുകൾ

അസംബന്ധമോ അതിശയോക്തിപരമോ ആയ ഭാഗങ്ങൾ കോലത്തുനാട്ടിലെ പുലയരുടെ പാട്ടുകളിൽ കാണുവാൻ കഴിയും.

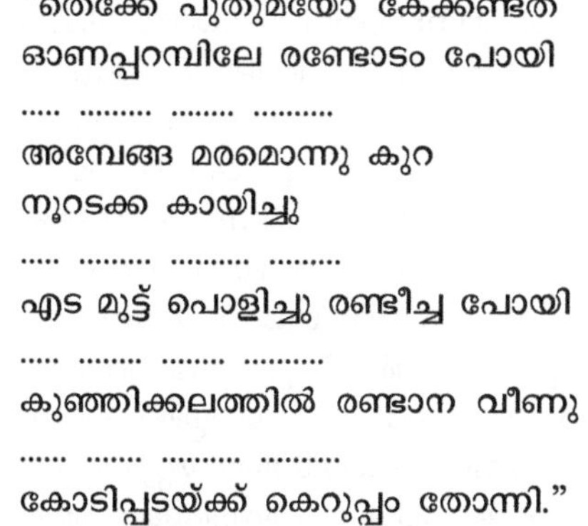
"തെക്കേ പുതുമയോ കേക്കണ്ടത്
ഓണപ്പറമ്പിലേ രണ്ടോടം പോയി
....
അമ്പേങ്ങ മരമൊന്നു കുറ
നൂറടക്ക കായിച്ചു
....
എട മുട്ട് പൊളിച്ചു രണ്ടീച്ച പോയി
....
കുഞ്ഞിക്കലത്തിൽ രണ്ടാന വീണു
....
കോടിപ്പടയ്ക്ക് കെറുപ്പം തോന്നി."

എന്നീ ഭാഗങ്ങൾ 'കാലചേകോനും മൂലദേവനും' (35: 155, 156) എന്ന പാട്ടിലുള്ളതാണ്. മായക്കുറത്തി തെക്കുനിന്നുവരുന്ന ദൈവത്തോടു നാട്ടുവർത്തമാനം ചോദിക്കുന്നതാണ് സന്ദർഭം.

പുലയരും മറ്റും പാടുന്ന കൃഷി (ചാരൻ) പാട്ടുകളിൽ ഇത്തരത്തിലുള്ള അസംബന്ധ പ്രസ്താവനകൾ കാണുന്നുണ്ട്.

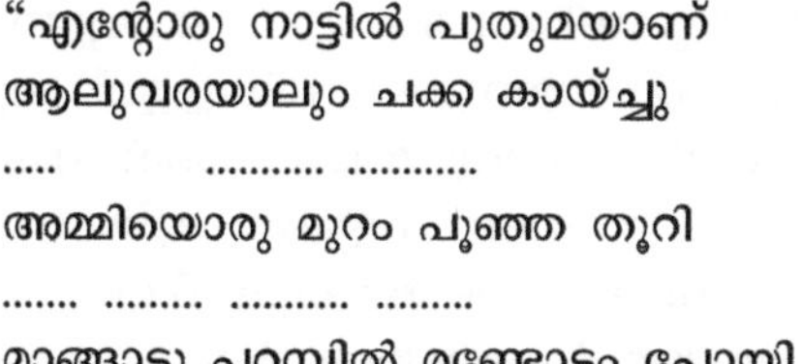
"എന്റോരു നാട്ടിൽ പുതുമയാണ്
ആലുവരയാലും ചക്ക കായ്ച്ചു
....
അമ്മിയൊരു മുറം പൂഞ്ഞ തൂറി
....
മാങ്ങാട്ടു പറമ്പിൽ രണ്ടോടം പോയി.."

എന്നിങ്ങനെയാണ് അതിന്റെ സ്വഭാവം. "മലങ്കാപുരം വാണിയത്തി"യെക്കുറിച്ചുള്ള ഈ പാട്ടിൽ ചാപ്പനും വാണിയത്തിയും തമ്മിൽ നാട്ടിലെ പുതുമകൾ ചോദിക്കുമ്പോഴുള്ളതാണ് ഈ ഭാഗം.

2.5 ചാരൻപാട്ടുകൾ

വടക്കൻപാട്ടുകൾ എന്ന പേരിൽ സാഹിത്യലോകത്ത് അറിയപ്പെടുന്ന വടക്കൻ കേരളത്തിലെ കൃഷിപ്പാട്ടുകൾ അവ കൈകാര്യം ചെയ്യുന്ന

ഗ്രാമീണ കൃഷിക്കാർക്കിടയിൽ 'ചാരൻപാട്ട്' എന്ന പേരിലാണ് വ്യവഹരിക്കപ്പെടുന്നത്. വയലുകളിൽനിന്ന് ഉച്ചത്തിൽ പാടുന്നതുകൊണ്ടാവാം ആ പേർ വന്നത്. പുത്തൂരം പാട്ടുകളും തച്ചോളി പാട്ടുകളും വീരകഥകളും മാത്രമല്ല ചാരൻ പാട്ടുകൾക്കു വിഷയം. അത്ഭുത കഥകളും ദിവ്യകഥകളും ചില അസംബന്ധകഥകൾ പോലും അവയിൽ അടങ്ങുന്നുണ്ട്.

മനുഷ്യശിശുക്കളെ രക്ഷിക്കുകയോ വഴികാട്ടുകയോ ചെയ്ത തത്തകൾ, ശിശുക്കളെ വളർത്തിയ മുതല, പശു തുടങ്ങിയ ജീവികൾ എന്നിവയെക്കുറിച്ചുള്ള കഥകൾ, മത്സ്യം, പാമ്പ് മുതലായവയാൽ വിഴുങ്ങപ്പെട്ടവർ അതിൽനിന്നു രക്ഷനേടുന്ന കഥകൾ, ചുണ്ടെലി മനുഷ്യകന്നിയാവുക, പാമ്പ് യുവാവായി മാറുക എന്നിങ്ങനെ ജീവികൾ മനുഷ്യരായി രൂപാന്തരപ്പെടുന്നതായുള്ള കഥകൾ, വിധിക്കപ്പെട്ട കന്നിയുടെ തോല് കൊണ്ട് പൊതിഞ്ഞ വീണയിൽനിന്നു അവളുടെ ശബ്ദം കേൾക്കുകയോ വീണ പൊട്ടിപ്പിളർന്ന് കന്നിയായി മാറുകയോ ചെയ്ത കഥകൾ, ചതിച്ചുകൊല്ലപ്പെട്ട കന്നി താമരയും ചീരയും വാഴയുമായ ശേഷം വീണ്ടും കന്നിയായിത്തന്നെ രൂപാന്തരപ്പെട്ട കഥകൾ, ദിവ്യകന്നിമാരെ ലഭിച്ചതായുള്ള കഥകൾ, മരിച്ച ആൾ ജീവിച്ചതായോ പുനഃസൃഷ്ടിക്കപ്പെട്ടതായോ ഉള്ള കഥകൾ, മരിച്ചവരുടെ ആത്മാക്കൾ കാക്കയായും മറ്റും ചെന്ന് മറ്റുള്ളവരെ വഴികാട്ടി നയിക്കുന്നതായുള്ള കഥകൾ എന്നിങ്ങനെ അത്ഭുതം തോന്നിക്കുന്ന അസാധാരണ സംഭവങ്ങൾ കൂടുതൽ കാണുന്ന പാട്ടുകഥകൾ ചാരൻ പാട്ടുകളിൽ (39:221) കാണുവാൻ കഴിയും.

ദേവതയായി മാറിയ മനുഷ്യരുടെ കഥകൾ, ദൈവാനുഗ്രഹം കൊണ്ട് ജനിച്ച കുട്ടികൾ ദൈവത്തോടു ചേർന്ന് കാണാതായ കഥകൾ, ആചാരാനുഷ്ഠാനാദികളുടെ ലംഘനം കൊണ്ടുണ്ടായ ദേവതാ കോപം, ദൈവാനുഗ്രഹം കൊണ്ടുണ്ടായ സമൃദ്ധി, മനുഷ്യരൂപത്തിൽ പ്രത്യക്ഷപ്പെട്ട് ദേവതകൾ ചെയ്യുന്ന സഹായം തുടങ്ങിയവ ആഖ്യാനം ചെയ്യുന്ന കഥകളാണ് ദിവ്യകഥപ്പാട്ടുകൾ (39:2142) എന്ന ഗണത്തിലുള്ളത്. പൂർണ്ണമായും അസംബന്ധ കല്പനയെന്ന് പറയാവുന്ന ഒരു ചാരൻ പാട്ടുകഥയാണ് കുടിയാൻ മലാമ്മൽ പുല്ലുമുറിക്കുന്ന പാട്ടുകഥ. കുടിയാൻ മലയിൽ ചേട്ടൻ പുൽക്കൃഷി ചെയ്ത് വാറ്റ് എണ്ണയെടുക്കുവാൻ ആഗ്രഹിച്ചു. പണിക്കു സ്ത്രീകളെ കൊണ്ടുപോയത് തളിപ്പറമ്പിൽനിന്നാണ്. പണിയെടുത്ത പെണ്ണുങ്ങൾക്കു ആവശ്യപ്പെട്ട പണം ചേട്ടൻ കൊടുത്തില്ല. അതിനാൽ പെണ്ണുങ്ങൾ ചേട്ടന്റെ മീശ പറിച്ചു.

"മീശ പൊരിച്ചങ്ങ് ചാട്ന്ന്ണ്ട്
കാക്കയും കൊത്ത്യങ്ങ് പാറുന്നല്ലോ
തെങ്ങിന്റെ കൊരമ്പിലും വെച്ചു മീശ
മീശയും പൊയേല് വീണുപോയി

അപ്പൊയേലേ മീൻപറ്റ ചത്തുപോയി
അപ്പൊയേലേ വെള്ളംപറ്റ വറ്റീം പോയി."

ചേട്ടന്റെ മീശ കാക്ക കൊത്തിക്കൊണ്ടുപോകയും ഒടുവിൽ അത് പുഴയിൽ വീഴുകയും ചെയ്തുവത്രെ (40:207). തത്ഫലമായി പുഴയിലെ മീനുകളെല്ലാം ചത്തുപോകുകയും വെള്ളം വറ്റിപ്പോകയും ചെയ്തുവെന്ന് പാട്ടിൽ പറയുന്നു. അസംഭവ്യവും യുക്തിരഹിതവും അപ്രസക്തവുമായ ഒരു ആവിഷ്കാരമാണ് ഇതെന്നു പറയാതെ നിർവ്വാഹമില്ല. മുതലാളി മാർ തൊഴിലാളികളോടു കാണിക്കുന്ന വഞ്ചനയുടെയും അതിനെതിരായി തൊഴിലാളികൾ പ്രദർശിപ്പിക്കുന്ന പ്രതിഷേധത്തിന്റെയും ചിത്രം നർമ്മ മധുരമായി ചിത്രീകരിക്കുകയെന്ന ധർമ്മം ഈ കഥപ്പാട്ടിലൂടെ നിറവേറ്റ പ്പെടുന്നുമുണ്ട്.

സ്വന്തം വേഷത്തിലല്ലാതെ, മറ്റൊരാളുടെ വേഷം ധരിച്ചു പ്രത്യക്ഷ പ്പെടുന്ന സന്ദർഭങ്ങൾ ചാരൻ പാട്ടുകളിൽ കാണാം (39:299). ചിലപ്പോൾ സ്ത്രീ പുരുഷന്റെയും പുരുഷൻ സ്ത്രീയുടെയും വേഷമെടുത്തുവെന്നു വരാം. ചാത്തോത്ത് ചീരുവെ ഭാര്യയായി ലഭിക്കുവാൻ തച്ചോളി ഉദയ നൻ ഒരു പൊട്ടന്റെ വേഷത്തിലാണ് പെരുമാറിയത്. ഉദയനനെ ചെമ്പറ യിൽനിന്നു രക്ഷപ്പെടുത്തുവാൻ ചീരു കുറത്തിയുടെ വേഷം ധരിച്ചതും ഇരിണാപുരം കുങ്കിയോട് പൊയ്ത്തു നടത്തുവാൻ പയ്യമ്പള്ളി ചന്തു തച്ചോളി ചിരുതേയിയുടെ വേഷം ധരിച്ചതും തമ്പുരാനെ ഭയന്ന് പൂമ്പാ ളൻകോട്ട കുഞ്ഞിക്കന്നി ആൺകുട്ടിയുടെവേഷമെടുത്തതും ഇവിടെ എടു ത്തുപറയാവുന്നവയാണ്. വിഷയലമ്പടരായ നീചന്മാരെ കൊല്ലുവാൻ തച്ചോളി ഉദയനൻ സ്ത്രീവേഷം ചമഞ്ഞിട്ടുണ്ട്. അസംബന്ധമെന്നോ അയുക്തമെന്നോ തോന്നാവുന്ന അസാധാരണ സംഭവങ്ങളാണിവ യെല്ലാം.

2.6 കുണ്ടം വലിപ്പാട്ട്

നെൽവയലുകളിൽ വേഗത്തിൽ ഞാറുനട്ടു തീർക്കുവാനുള്ള ഒരു തരം മത്സരമാണ് കുണ്ടംവലി. നിരനിരയായി ഞാറുനട്ട്, മറ്റുള്ളവരെ പിറകിലാക്കി പൂർത്തീകരിച്ചുകൊണ്ട് കയറുകയാണ് അതിന്റെ സ്വഭാവം. കുണ്ടം വലിക്കുന്നവർ പിറകിലാകുന്നവരെ പരിഹസിച്ചുകൊണ്ടു പാടുക പതിവാണ്.

"ഓ..... പുതുനാട്ടിക്കാരാ. ഓ... ഒയ്യ
ഓ... വേഗം നടണം... ഓ ഒയ്യ
ഓ.. നല്ലൊരു ചക്ക... ഓ.. ഒയ്യ
ഓ... തേൻ വരിക്ക... ഓ.. ഒയ്യ
ഓ... പിച്ചള കൊമ്പ്... ഓ ഒയ്യ

ഓ... കാറക്കപ്പെണ്ണ്.. ഓ ഒയ്യ
ഓ... കക്കളപ്പെണ്ണ് ഓ.. ഒയ്യ
ഓ... പൊൻചൂരക്കോല് ഓ ഒയ്യ"

എന്നിങ്ങനെ പരസ്പരം ബന്ധമില്ലാത്ത നിരർത്ഥകമായ കാര്യങ്ങൾ ചേർത്തുപാടുന്ന പാട്ടുകളാണ് കുണ്ടംവലിപ്പാട്ട്. താളബോധവും നർമ്മ വുമാണ് അവയുടെ ജീവൻ.

"ഓ... ഒഴിക്കണ്ടം.. കണ്ടു... ഓ ഒയ്യ
ഓ... കുണ്ടത്തിൽ... തൂറി... ഓ ഒയ്യ
ഓ... കുണ്ടത്തിൽ.. തൂറി... ഓ ഒയ്യ
ഓ... തൂറട്ടങ്ങനെ... ഓ ഒയ്യ.."

എന്നിങ്ങനെ സഭ്യേതരമോ അശ്ലീലമോ ആയ ഭാഗങ്ങളും ഈ പാട്ടു കളിൽ കേൾക്കാറുണ്ട്. വയനാട്, കുടക് തുടങ്ങി പ്രദേശങ്ങളിലാണ് കുണ്ടംവലി കൂടുതൽ നടപ്പുള്ളത്.

2.7 പോർപ്പാട്ട്

വടക്കൻ കേരളത്തിലെ കർഷകത്തൊഴിലാളികൾ വിനോദാർത്ഥം രണ്ടുവിഭാഗക്കാരായി മത്സരിച്ചുപാടുന്ന കൃഷിപ്പാട്ടുകളാണ് പോർപ്പാട്ടു കൾ. ഞാറുനടുമ്പോഴും കള പറിക്കുമ്പോഴും ഇവ പാടും. ചാരൻപാട്ടു കളുമായി പോർപ്പാട്ടുകൾക്കു ബന്ധമുണ്ട്. ചാരൻപാട്ടുകളിൽ നിന്ന് ഇഷ്ടാ നുസരണം നുറുങ്ങുകളെടുത്ത് തെറിയും അശ്ലീലവും കലർത്തിപ്പാടു കയെന്നത് ഈ പാട്ടുകളുടെ പ്രത്യേകതയാണ്.

"തച്ചോളിയുതയൻ വരുന്നെന്നിറ്റ്
പടിഞ്ഞാറ്റേൻ പായി വിരിച്ച കുത്തച്ചി
നീയാ പിറതിയായി വരുന്നെന്നോട്
....
തച്ചോള്യോതേനന്റെ മാളകമ്മ്ന്ന്
ചെമ്മീൻ കറി കള്ളി ചോറുകള്ളി."

എന്നീ ഭാഗങ്ങൾ അതാണ് വ്യക്തമാക്കുന്നത്. തച്ചോളി ഉദയനന്റെ പേര് ഇതിൽ പറയുന്നുണ്ടെങ്കിലും ഉദയനന്റെ കഥ പാടുകയല്ല ലക്ഷ്യം. പ്രതിയോഗിയെ അസഭ്യം പറഞ്ഞ് തോല്പിക്കുകയാണ് ഇത്തരം പാട്ടു കളിലൂടെ സാധിക്കുന്നത്. ഒരു വിഭാഗക്കാർ പാടിയതിനു ഉചിതമായ മറുപടി ആയിരിക്കുകയില്ല മറുവിഭാഗം പാടുന്നത്.

"വാണിയൻ വീട്ടിലെ തുത്ത്യകള്ളി
നാതിച്ചിപ്പെണ്ണിന്റെ കത്തി കള്ളി

വണ്ണാത്താൻ വീട്ടിലടപ്പം കള്ളി
നീയാ പെറുതിയായ് വരുന്നെന്നോട്"

എന്നിങ്ങനെ (33:59) ആഭാസവും തെറിയും നിറഞ്ഞ ശകാര മായിരിക്കും പലപ്പോഴും മറുപടിയായി പാടുന്നത്.

"മുട്ടുമ്മ പുണ്ണിച്ചി മൂക്കുനാറിച്ചി
മുന്നോട്ടകാടു വളഞ്ഞ പെണ്ണേ."

എന്നിങ്ങനെ ശാരീരിക വൈകല്യങ്ങൾ എടുത്തുപറഞ്ഞ് പരിഹ സിക്കുന്ന വരികളും കുറവല്ല.

"വെള്ളച്ചിപ്പെണ്ണേ വെളുത്ത പെണ്ണേ
നിന്റെ കുത്തുമുലതരുവോ ചെണ്ടടിപ്പാൻ"

"അപ്പം തിന്ന വായ്യാടഞ്ഞു പോയോ
തീട്ടം തിന്നും വായ് തുറന്നേക്കറോ."

"അങ്ങാടിക്കൊപ്പര വിറ്റ് വിറ്റ്
കെറുപ്പം കെണിഞ്ഞീന്നാ വാണ്യത്തിക്ക്"

എന്നിങ്ങനെ അശ്ലീലവും അസഭ്യവും നിറഞ്ഞ ഭാഗങ്ങൾ പോർപ്പാ ട്ടുകളിൽ സുലഭമാണ്. ഒരുതരം മറുത്തുപാട്ടുകളാണിവ.

2.8 വിതച്ചു കിളപ്പാട്ടും വിത്തിടീൽപ്പാട്ടും

കാടുവെട്ടിത്തെളിച്ചു കൃഷിനടത്തുമ്പോൾ പാടുന്നവയാണ് വിതച്ചു കിളപ്പാട്ടുകൾ. ദക്ഷിണ കേരളത്തിലാണ് ഈ പാട്ടുകൾ പ്രാചുര്യത്തി ലുള്ളത്. വടക്കൻ കേരളത്തിൽ വിത്തുകിളപ്പാട്ടുകൾ എന്നാണ് ഇത്തരം പാട്ടുകൾക്കു പേർ പറയുക.

"ഒന്നാം മലകേറി
ചെന്നപ്പോഴേകിളി
ഒന്നര വട്ടകതേനെടുത്തേ
നേനെടുത്താം കിളി
കതിരെടുത്താം കിളി
തേനും കൊണ്ടക്കിളി താലോലം
തങ്കത്തിതറുകത്തി
താലോലം കിളി
താലോലം കിളി താലോലം"

എന്ന പാട്ട് ഒരു വിതച്ചുകിളപ്പാട്ടിൽ (23:91) ഉള്ളതാണ്. ഒന്നര വട്ടക തേനെടുത്ത ഒരു കിളിയെ ഇതിൽ പരിചയപ്പെടാം. യുക്തിസഹങ്ങള ല്ലാത്ത ഇത്തരം കല്പനകൾ അസംബന്ധങ്ങളാണെന്നു പ്രത്യേകം പറ യേണ്ടതില്ല.

വിത്തിടീൽ പാട്ടുകൾക്കും തെക്കൻ ജില്ലകളിലാണ് പ്രാചുര്യം. വിത്തുവിതയ്ക്കുമ്പോൾ പാടുന്നവയാണിവ.

"കണ്ണില്ലാത്തൊരു പെണ്ണ് പറഞ്ഞ്
പെണ്ണിനു കണ്മഷിചേരില്ലെന്ന്
മൂക്കില്ലാത്തൊരു പെണ്ണ് പറഞ്ഞ്
പെണ്ണിന് മൂക്കുത്തി നന്നല്ലെന്ന്"

എന്ന വിത്തിടീൽ പാട്ട് ഇടുക്കി ജില്ലയിലും മറ്റും നിലവിലുള്ളതാണ്. അനുചിതങ്ങളായ കാര്യങ്ങളാണ് ഇതിൽ പ്രസ്താവിച്ചിട്ടുള്ളത്.

"അക്കരക്കാവിലെ ചക്കര മാവിലെ
കാക്കാച്ചിപ്പെണ്ണിനു കല്യാണം
മേനിയിൽ മിന്നുന്ന പൂഞ്ചേല
കൊക്കുതുളച്ചൊരു മൂക്കുത്തി
കാൽനഖമാറിലും മൈലാഞ്ചി"

എന്ന പാട്ടിൽ (45:24) കാക്കാച്ചിയുടെ കല്യാണത്തെ മാനുഷിക ഭാവകല്പനയോടെയാണ് ചിത്രീകരിച്ചിട്ടുള്ളത്.

2.9 പലയിനം പാട്ടുകൾ

വിവിധയിനം നാടൻപാട്ടുകൾ പരിശോധിച്ചാൽ അവയിൽ അടങ്ങിയ അസംബന്ധ കല്പനകൾ സമാന സ്വഭാവമുള്ളവയല്ലെന്നു വ്യക്തമാകും. തിരുവാതിരക്കളി/കൈകൊട്ടിക്കളിക്കു പാടുന്ന ഒരു ശ്രീകൃഷ്ണസ്തുതി ആദ്യം പരിശോധിക്കാം. ഒരു ബ്രഹ്മചാരിയുടെ വേഷത്തിൽ തോണി ക്കടവിനു ചെല്ലുകയും കടത്തുകാരായ കന്യകമാർ തോണിക്കൂലി ആവ ശ്യപ്പെടുകയും ആറ്റുമണൽ വാരി കൂലി തരാമെന്ന് ശ്രീകൃഷ്ണൻ പറ യുകയും ആ കന്യകമാർ തോണി കടത്താതിരിക്കുകയും ചെയ്യുന്നു. ഒടുവിൽ ശ്രീകൃഷ്ണൻ:

"പുസ്തകക്കെട്ടോല തോണിയുമാക്കി
പൊന്നെഴുത്താണി തുഴയുമാക്കി
രണ്ടു തുഴഞ്ഞു നടുക്കടവിൽ
മൂന്നു തുഴഞ്ഞു കരയ്ക്കടുത്തു"

എന്നാണ് (34:86) അതിൽ ആഖ്യാനം ചെയ്യുന്നത്. യുക്തിരാഹിത്യവും അസംഭവ്യതയും കലർന്ന ഒരു അസംബന്ധകല്പനയാണ് ഈ പുരാവൃത്തത്തിലുള്ളതെന്നു കാണാം.

"തുമ്പകൊണ്ടായിരം തോണി മുറിച്ചു
തോണിത്തലപ്പത്തൊരാലുമുളച്ചു
ആലിന്റെ പൊത്തിലാരുള്ളിപിറന്നു"

തുടങ്ങിയ പാട്ടുക (43:119) ളും ഇവിടെ സ്മർത്തവ്യമാണ്. ഇത്തരം ലഘുഗാനങ്ങൾ അർത്ഥപ്രകാശന ധർമ്മമല്ല, പിഞ്ചുമനസ്സുകളെ ഭാവനാലോകത്തെത്തിച്ച് ആഹ്ലാദം പകരുകയെന്ന ധർമ്മമാണ് നിറവേറ്റുന്നത്.

"ചിറ്റപ്പൻ ചെറുപ്പത്തിൽ ചേനകട്ടു
ഞാനല്ല കട്ടത് കള്ളനാണ്
കള്ളന്റെ കൈവെട്ടി പന്തലിട്ടു
പന്തപ്പുറത്തായിരം തുമ്പകിളിച്ചു
തുമ്പ പിഴുതൊരു വാഴയ്ക്കിട്ടു
വാഴകുലച്ചു തെക്കോട്ടുവീണു
തെക്കുള്ള നായന്മാരങ്കം വെട്ടി
അങ്കത്തിൽ പിഴച്ചുള്ളൊരാനയുണ്ടായ്
ആനേടെ കീഴെരു നത്തിരുന്നു
നത്തുപറന്നു കടലിൽ വീണു."

എന്നൊരു നാടൻപാട്ടുശകലം ഡോ. ഗോദവർമ്മയുടെ *വിചാരവീഥി*യിൽ ചേർത്തിട്ടുണ്ട് (43:119). നിരർത്ഥകവും അസംബന്ധവുമായ കല്പനയാണിതെന്നാലും കുട്ടിക്കഥപോലെ പിഞ്ചുകുട്ടികൾക്ക് ഇതിഷ്ടപ്പെടും.

ബാലികാബാലന്മാർ പാടാറുള്ള ഒരു മങ്ങലപ്പാട്ടിൽ ഉള്ളതാണ്,

"ഞാനിട്ടു ഞാനിട്ടൊരണ്ടിക്കുരട്ട
പിറ്റെന്നാളുച്ചക്കു പൊട്ടിമുളച്ചു
പൊട്ടിമുളച്ചപ്പം കൂടും വളച്ചു
കൂട്ടിന്റെ നടുക്കൊരു നീളുന്നമാവ്
നീളുന്ന മാവിനു ചാഞ്ഞുള്ള കൊമ്പ്
ചാഞ്ഞുള്ള കൊമ്പിന്ന് താറുന്ന ഇല്ലി
താറുന്ന ഇല്ലിക്കുപാറുന്ന ചപ്‌ല
പാറുന്ന ചപ്‌ലക്ക് മണമുള്ള പൂവ്
മണമുള്ള പൂവിനു തൂങ്ങുന്ന മാങ്ങ"

എന്നീ വരികൾ. പൊന്നാനി താലൂക്കിലെ മുസ്ലീം ബാലികമാർ കുമ്മി

യടിച്ചു കളിക്കുമ്പോൾ ഇതിനോടു സമാനമായ ഒരു മാങ്ങാപ്പാട്ട് (14:131) പാടാറുണ്ടത്രെ. മാങ്ങാക്കുരട്ട നട്ടതിന്റെ പിറ്റേന്നാളേക്കും പൊട്ടിമുളച്ചു വളർന്നുവെന്ന പ്രസ്താവന അസംഭവ്യമാണ്. എങ്കിലും ബാല മനസ്സു കൾക്കു ഇത്തരം കല്പനകൾ ഉല്ലാസമേകും.

"കുഞ്ഞിന്റെയച്ഛനും
കുഞ്ഞിന്റെയമ്മയും
പാലില്ലാക്കുന്നത്ത്
പാലിനു പോയല്ലോ
പല്ലില്ലാ ചൊക്കൻ
കടിച്ചുവോന്നറിഞ്ഞില്ല
കൊമ്പില്ലാപ്പയ്യെങ്ങാൻ
കുത്ത്യോന്നറിഞ്ഞില്ല"

എന്ന ഭാഗം ഒരു താരാട്ടുപാട്ടിലുള്ളതാണ്. പാലില്ലാക്കുന്നത്ത് പാലി ന്നുപോകലും പല്ലില്ലാത്ത നായ കടിക്കലും കൊമ്പില്ലാത്ത പശു കുത്ത ലുമൊക്കെ യുക്തിരഹിതങ്ങളായ അസംബന്ധകല്പനകൾ മാത്രമാണ്.

"കാട്ടെറുമ്പിനെ തട്ടികൂട്ടയിലിട്ടപ്പം
കോയിക്കുഞ്ഞിന്റൊരു കീയം കേട്ടു"

എന്ന വരികളിൽ അടങ്ങിയിട്ടുള്ളതും അതിശയോക്തിപരമായ അസംബന്ധ കല്പനയാണ്. നെടുമങ്ങാട്ടു താലൂക്കിലെ (തിരുവനന്ത പുരം) ആദിവാസികൾക്കിടയിൽ നിലവിലുള്ളതാണിത്.

മീനപുരത്തിനു സമാപിക്കത്തക്കവിധം ഒൻപതുനാളുകളിലായി വട ക്കൻ കേരളത്തിലെ കാവുകളിൽ നടത്തപ്പെടുന്ന അനുഷ്ഠാന കലാ നിർവ്വഹണമാണ് പൂരക്കളി. ചില സമുദായക്കാരുടെ കാവുകളിലും കഴ കങ്ങളിലും 'മറത്തുകളി' കൂടി അവതരിപ്പിക്കാറുണ്ട്. ഇരു സംഘങ്ങളു ടെയും തലവന്മാരായ പണിക്കർമാർ പരസ്പരം വാദപ്രതിവാദം നടത്തു കയാണ് 'മറത്തുകളി കളിയുടെ പ്രത്യേകത. നാലഞ്ചു ദശാബ്ദങ്ങൾക്കു മുമ്പുണ്ടായിരുന്ന രീതിയിൽനിന്ന് മറത്തുകളിക്കു ഇന്ന് പല പരിവർത്ത നങ്ങളും സംഭവിച്ചിട്ടുണ്ട്. മുൻകാലങ്ങളിൽ പൂരക്കളിയുടെ എല്ലാരംഗ ങ്ങളിലും പാട്ടിന്റെ രൂപത്തിൽ ഇരുപണിക്കന്മാരും തമ്മിൽ ചോദ്യോത്തരം പതിവുണ്ടായിരുന്നു. ഈ ചോദ്യോത്തരം പലപ്പോഴും സഭ്യതയുടെ അതിർവരമ്പുകൾ കടന്ന് തെറിയായി മാറുക പതിവായിരുന്നു.

"ശാസ്ത്രബോധങ്ങൾഗ്ര-
ഹിക്കാത്ത പണിക്കരായി
പണിപ്പെട്ടു ഞെളിഞ്ഞു വ-

ന്നുഴലുന്നിസ്സഭതന്നിൽ
അരങ്ങിൽ നീ ഞെളിഞ്ഞിറ്റു
കുരങ്ങനായ് ഭവിക്കേണ്ട
പണിക്കരെന്നുള്ള നാമം
ഭവിപ്പാനെന്തൊരു ഹേതു"

എന്നിങ്ങനെ (37:63) പ്രതിയോഗിയെ തേജോവധം ചെയ്തുകൊണ്ടുപാടുന്ന പ്രവണത നിലവിലുണ്ടായിരുന്നു.

2.10 ചില വിനോദപ്പാട്ടുകൾ

കേവലം വിനോദോപാധിയായി മാത്രം നാടൻപാട്ടുകൾ പാടുകയെന്നത് 'ജന'ത്തിന്റെ സ്വഭാവമാണ്. മഴക്കാലത്ത് വയലുകളിൽ വെള്ളം കയറുമ്പോൾ അവരുടെ മനസ്സിൽ ആഹ്ലാദം അലയടിക്കുകയും,

"നന്നപ്പൊയ് നന്നപ്പൊയ് പൊള്ളക്കണ്ണാ
തത്തക്കും തവളക്കും വെള്ളോമില്ല
ആനക്കും കുതിരക്കും നിലയുമില്ല
നാരങ്ങാത്തോട്ടിലും വെള്ളോമില്ല"

എന്നിങ്ങനെ പാടുക പതിവായിരുന്നു. വെള്ളം കയറിനിറഞ്ഞപ്പോൾ തത്തയ്ക്കും തവളയ്ക്കും വെള്ളമില്ലെന്നും ആനയ്ക്കും കുതിരയ്ക്കും നിലയില്ലെന്നുമുള്ള പരസ്പര വിരുദ്ധമായ പ്രസ്താവന അടങ്ങുന്നതാണ് ഈ വരികൾ.

"കൊച്ചീതടം കെട്ടി
കൊയിലാണ്ടീ മഴ പെയ്തു
പട്ടണത്ത് മുളച്ചിനി ചെഞ്ചീര."

എന്ന ചീരപ്പാട്ട് അസംബന്ധമല്ലാതെ മറ്റൊന്നുമല്ല. ഈ പാട്ടീനോടടുത്ത,

"കൊച്ചീല് തടം കെട്ടി
കോയമ്പത്തൂര് വേരൂന്നി
പട്ടാമ്പിച്ചെന്നു തലനീട്ടി
ചെഞ്ചീരല്ല ചെറു ചീരെല്ല
കൊങ്ങിണിച്ചീര കൊടും ചീര."

എന്നിങ്ങനെയുള്ള ഒരു പാട്ട് (14:127) പാലക്കാട്ടു ജില്ലയിൽ ചിലയിടങ്ങളിൽ ബാലികമാർ കുമ്മിയടിക്കു പാടാറുണ്ടത്രെ. നെടുമങ്ങാട്ടു താലൂക്കിലുള്ള ഒരു ചീരപ്പാട്ടിൽ,

"ചെങ്കീരമൊട്ടു പറിക്കാൻ ചെന്നപ്പം
നിക്ക്ണ് നീലമ്മ, കണ്ടമ്മ വഴുതനങ്ങ
പറിച്ചപ്പം പാവയ്ക്ക
അരിഞ്ഞപ്പം ചുണ്ടയ്ക്ക
ചട്ടീലിട്ടപ്പം കൊത്തംചക്ക
കൊത്തം ചക്ക തിന്നാൻ
ചെന്നങ്ങിരുന്നപ്പം
ചട്ടീലിരിക്കണ് ചാമക്കഞ്ഞി
ചാമക്കഞ്ഞി കുടിച്ചാമോദം പൂണ്ടപ്പം
വായിത്തടഞ്ഞൊരു കട്ടെറുമ്പ്"

എന്നിങ്ങനെ (44:40) തുടർച്ചയായി അസാധാരണ സംഭവങ്ങൾ കോർത്തിണക്കിക്കാണാം.

കന്നുകാലികളെ മേച്ചിൽ പറമ്പുകളിൽ കൊണ്ടുപോയി മേയ്ക്കുന്ന സമ്പ്രദായം ഉണ്ടായിരുന്നു. കാലികളെ മേയ്ക്കുന്ന കാലിയാപ്പിള്ളേര് നേരം പോക്കിനു പല അസംബന്ധപ്പാട്ടുകളും പാടുക പതിവായിരുന്നു. വർഷാരംഭത്തിൽ വന്നുചേരുന്ന ഒരു പക്ഷിയുടെ കൂജിതത്തെ അനുകരിച്ചുകൊണ്ട് കാലിയാപ്പിള്ളരും മറ്റു ബാലികാബാലന്മാരും,

"ചെക്കൻ തൊട്ടിറ്റ്
ചക്കയ്ക്കുപ്പില്ല
മുങ്ങാൻ വെള്ളില്ല
കൊട്ട്യൂരുട്ടുണ്ട്
പൂവാൻ പുറപ്പെട്ടു
വിത്തും കൈക്കോട്ടും."

എന്നിങ്ങനെ പാടി രസിക്കുക പതിവായിരുന്നു. കേൾക്കുമ്പോൾ നിരർത്ഥകവും അസംബന്ധവുമായി തോന്നാവുന്ന ഈ പാട്ട് ശ്രദ്ധിച്ചാൽ മറ്റു പലതും അതിൽനിന്നു ഗ്രഹിക്കാനുണ്ടെന്നു ബോദ്ധ്യപ്പെടും. തൊടലും അശുദ്ധി നീങ്ങുവാനുള്ള മുങ്ങിക്കുളിയും ജലക്ഷാമവും ചക്കക്കറിയും കൊട്ടിയൂർ വൈശാഖോത്സവവും വിത്തുംകൈക്കോട്ടുമായി കൃഷിക്കാരുടെ വയലിലേക്കുള്ള യാത്രയുമൊക്കെ ഓർമ്മിപ്പിക്കുന്നതാണ് ഈ പാട്ട്. കവികൾ സങ്കല്പിക്കുന്ന വിഷുപ്പക്ഷിയുടെ ഈ പാട്ട് വൈലോപ്പിള്ളിയെപ്പോലുള്ള ചില കവികൾക്കെങ്കിലും അർത്ഥമുള്ളതായി തോന്നിയിട്ടുണ്ട്. അദ്ദേഹത്തിന്റെ 'വിത്തും കൈക്കോട്ടും' അതാണ് വ്യക്തമാക്കുന്നത്. വടക്കൻ കേരളത്തിൽ പാടിക്കേൾക്കാറുണ്ടായിരുന്ന മേല്പറഞ്ഞ വരികൾക്കു സമാനമായി,

"കള്ളൻ ചക്കേട്ടു
കണ്ടാ മിണ്ടണ്ടാ
കൊണ്ടെത്തിന്നോട്ടെ."

എന്നിങ്ങനെ മദ്ധ്യതിരുവിതാംകൂറിലും മറ്റും പാടിക്കേൾക്കാം.

"ഇമ്പമ്പായോരു കറ്റ കൊയിതേ
തമ്പുരാ തന്നചവിട്ടിപ്പൊളിച്ചേ
പന്തളം വന്നതങ്ങുമളന്നേ
ഓച്ചിറച്ചെന്ന് കുണുങ്ങി ഉണക്കി
കൊല്ലത്തു പോയങ്ങ നെല്ലും കുത്തി
കൊട്ടാരക്കര ചോറുവെച്ചുണ്ടേ
കൊച്ചിക്കായലിൽ കയ്യുകഴുകി."

എന്ന കൊയ്ത്തുപാട്ടും അസംബന്ധ പ്രസ്താവനകൾ അടങ്ങിയതാണ്.

"കണിയാനും ചൊറിയ്ന്ന്
കവിടിക്കും ചൊറിയിന്ന്
കാണാനിരുന്നാള്
കരന്നേറ്റി ചൊറിയ്ന്ന്
കാണുവാൻ വന്നാള്
കടക്കിട്ടൊരക്ക്ന്ന്"

എന്ന ചെറിയൊരു പാട്ട് വടക്കൻ കേരളത്തിൽ നേരം പോക്കായി പാടിക്കേൾക്കാറുള്ളതാണ്. കവടി ഉഴിഞ്ഞു രാശിനോക്കുന്ന സൂചന ഇതിലുണ്ടെങ്കിലും ശരീരത്തിൽ ചൊറിച്ചിൽ ഉണ്ടായാലുള്ള അനുഭവം ഹാസ്യാത്മകമായി ചിത്രീകരിക്കുകയാണ് ചെയ്തിട്ടുള്ളത്. സഭ്യേതരങ്ങളായ പദങ്ങളും ഇതിൽ പ്രയോഗിച്ചു കാണാം.

"ആലക്കാട്ട്... വീട്ടിൽ
പാലക്കൊമ്പു പുളിശ്ശേരി
ആട്ടിൻ പിട്ട ഉപ്പേരി
കോഴിത്തീട്ടം പച്ചടി"

എന്ന ലഘുഗാനം വടക്കൻ കേരളത്തിലെ ബാലികാബാലന്മാർ വിനോദാർത്ഥം പാടുന്നതാണ്. ഭക്ഷണ വിഭവങ്ങളെപ്പറ്റി ഇത്രയും സഭ്യേതരമായി വിസ്തരിക്കുന്ന മറ്റൊരു പാട്ട് കണ്ടെത്താൻ പ്രയാസമാണ്.

2.11 പടയണിപ്പാട്ടുകൾ

ഒരനുഷ്ഠാനകലയായ പടയണിയിൽ വിനോദാർത്ഥമായും മറ്റും കൂട്ടിച്ചേർക്കപ്പെട്ട അനേകം രംഗങ്ങളുണ്ട്. അവയ്ക്കു പാടുന്ന പാട്ടുകളിൽ ചിലവ അസംബന്ധ കല്പനകൾക്കു നല്ല ദൃഷ്ടാന്തമാണ്.

“കാന കാന കാട്ടകത്ത്
വേരില്ലാത്ത താന്നിമൂട്ടിൽ
കാലില്ലാത്ത മാൻ കളിപ്പതു
കണ്ണില്ലാത്ത വേടൻ കണ്ടു
ഞാണില്ലാത്ത വില്ലെടുത്ത്
കൂരില്ലാത്തൊരമ്പു കൊണ്ട്
മെയ്യില്ലാത്ത ലാക്ക യൂന്നി
കൈയില്ലാത്ത വേടനെയ്തു
മാനിനും മുറിന്തതില്ലേ.”

എന്ന ഭാഗം (28:99) പരദേശിയുടെ പുറപ്പാടിനു പാടുന്ന ഒരു പാട്ടാണ്. യുക്തിരാഹിത്യവും അസംഭവ്യതയും നിറഞ്ഞ ഈ ഭാഗം അസംബന്ധകല്പനയല്ലാതെ മറ്റൊന്നുമല്ല.

2.12 ഭരണിപ്പാട്ടും പൂരപ്പാട്ടും

ഭരണി, പൂരം തുടങ്ങിയ വേലകളോടനുബന്ധിച്ച് ഒരു അനുഷ്ഠാനപ്പാട്ട് എന്ന നിലയിൽ ക്ഷേത്ര സന്ദർശകരായ ഭക്തന്മാർ ഭഗവതിയെ കുറിച്ച് പല തെറിപ്പാട്ടുകളും പാടിക്കൊണ്ട് കാവുകളിലേക്കു നീങ്ങുന്ന പതിവ് ചിലേടങ്ങളിലുണ്ട്. കൊടുങ്ങല്ലൂർ ക്ഷേത്രത്തിൽ ഭരണിവേലയ്ക്കും ചേർത്തലയിൽ പൂരവേലയ്ക്കുമാണ് കേരളത്തിന്റെ നാനാഭാഗങ്ങളിൽനിന്നും ഭക്തന്മാർ പാട്ടുപാടിക്കൊണ്ട് വന്നുചേരുന്നത്.

ചേർത്തലപ്പൂരത്തിന്റെ ചടങ്ങുകൾ ആരംഭിക്കുന്നത് തെറിപ്പാട്ടോടുകൂടിയാണ്. ആയില്യം നാളിൽ അത് ആരംഭിക്കും. മകം, പൂരം എന്നീ നാളുകളിലും തെറിപ്പാട്ടുകളുണ്ടാകും. തെറിപ്പാട്ടിനു അതിർത്തി നിശ്ചയിക്കപ്പെട്ടിട്ടുണ്ട്. കാവിന്റെ ചുറ്റുപാടുകളിലല്ലാതെ മറ്റു സ്ഥലങ്ങളിൽ അത് പാടാറു പതിവില്ലത്രെ. കുട്ടികളെ എടുത്ത് തെറിപ്പാട്ടു പാടുകയെന്നത് ഒരു വഴിപാടുപോലെ ആചരിക്കുന്ന ചടങ്ങാണ്.

കൊടുങ്ങല്ലൂർ ക്ഷേത്രത്തിൽ കുംഭമാസത്തിലെ ഭരണിക്കു കൊടികയറി മീനത്തിലെ അശ്വതിനാളിൽ സമാപിക്കുന്ന പ്രാദേശികോത്സവമാണ് ഭരണിവേല. രോഗനിവാരണാർത്ഥമത്രെ ആ സാമൂഹികോത്സവം നടത്തുന്നത്. അധഃസ്ഥിത സമൂഹങ്ങളിൽ പെട്ടവർക്കു ആ സന്ദർഭത്തിൽ മാത്രമേ കാവു തീണ്ടുവാനുള്ള അവകാശമുണ്ടായിരുന്നുള്ളൂ. ഭരണിവേലയുടെ ചടങ്ങുകളിൽ കാവുതീണ്ടൽ പോലെ തന്നെ മുഖ്യമായതാണ്

ഭരണിപ്പാട്ടുപാടൽ. തീർത്ഥാടക സംഘങ്ങൾ തെറിപ്പാട്ടുകൾ പാടിക്കൊണ്ടാണ് വന്നുചേരുന്നത്.

ഭരണിവേലയ്ക്കും പൂരവേലയ്ക്കും പാടുന്ന അനുഷ്ഠാനപ്പാട്ടുകൾ അശ്ലീലവും ആഭാസവും കലർന്നവയാണ്. പക്ഷേ, അത് പാടുകയെന്നത് പവിത്രമായ ഒരു കർമ്മമായിട്ടാണ് കരുതപ്പെടുന്നത്. ഭഗവതിക്ക് അവ ഇഷ്ടപ്രദമത്രെ. സാമൂഹിക വിമർശന സ്വഭാവമുള്ളവയാണ് ചില പാട്ടുകൾ. അസംബന്ധമായി തോന്നാമെങ്കിലും വേദാന്ത ചിന്തകൾ പോലും അവയിൽ അടങ്ങിയിരിക്കും. തെറിപ്പാട്ടുകൾ പാടുന്നതിന്റെ പിന്നിൽ സാമൂഹികമോ മനശ്ശാസ്ത്രപരമോ ചരിത്രപരമോ ആയ എന്തെങ്കിലും കാരണങ്ങൾ കണ്ടെത്തുവാൻ കഴിഞ്ഞേക്കാം. അബോധമനസ്സിൽ അമർച്ച ചെയ്യപ്പെട്ട വികാരങ്ങളുടെ പ്രേരണ ഒരുപക്ഷേ, ഇവയ്ക്കു അടിസ്ഥാനമായുണ്ടായേക്കാം. എന്തെല്ലാം പ്രത്യേകതകൾ എടുത്തുപറയുവാനുണ്ടെങ്കിലും പൂരപ്പാട്ടുകളും ഭരണിപ്പാട്ടുകളും ഔചിത്യവും സഭ്യവുമായി കരുതപ്പെടുന്നില്ലെന്നതാണ് വാസ്തവം. പാരമ്പര്യമായി പുലർത്തിപ്പോന്ന പൊതുധാരണയാകാം അതിനു ഹേതു. തെറിയും അശ്ലീലവും വർഷിക്കുന്നവയാണെന്ന വിശ്വാസത്തിന്റെ പശ്ചാത്തലത്തിൽ ഭരണിപ്പാട്ട്, പൂരപ്പാട്ട് എന്നീ പദങ്ങൾ ശൈലികളെന്ന നിലയ്ക്ക് 'തെറിപ്പാട്ടി'നെ സൂചിപ്പിക്കുവാൻ പ്രയോഗിക്കുന്ന സന്ദർഭങ്ങൾ വിരളമല്ല.

2.13 പൊട്ടൻതെയ്യത്തോറ്റം

തെയ്യാട്ടത്തിന്റെ രംഗത്തെ ഒരു സവിശേഷദേവതയാണ് പൊട്ടൻ ദൈവം. ശ്രീശങ്കര ഭഗവത്പാദരെ ചണ്ഡാലവേഷം ധരിച്ച് ശ്രീകാശിവിശ്വനാഥനായ പരമേശ്വരൻ പരീക്ഷിച്ചുവെന്ന പുരാവൃത്തത്തിന്റെ പശ്ചാത്തലമാണ് പൊട്ടനാട്ടത്തിനു പിന്നിലുള്ളത്. ഈ തെയ്യത്തിനു പാടിവരുന്ന തോറ്റം പാട്ട് പലതുകൊണ്ടും ശ്രദ്ധേയമാണ്. 'ഒക്കത്തു കുഞ്ഞും തലയിൽ കള്ളു'മായി കൂടെക്കൂടെ കുടിച്ചും ചിരിച്ചും നാവിന്നിടർച്ചയോടെ സംസാരിച്ചും 'കാണുന്നോർക്ക് രസിച്ചുപോരുന്ന ഒരു ചണ്ഡാലന്റെ വേഷത്തിലാണ് പരമേശ്വരനെ അവതരിപ്പിക്കുന്നത്. മറ്റു തെയ്യത്തോറ്റങ്ങളിൽ കാണാത്തത്ര ആദ്ധ്യാത്മിക വിചാരവും തത്ത്വചിന്തയും പൊട്ടൻ തെയ്യത്തോറ്റത്തിൽ അടങ്ങിയിട്ടുണ്ടെങ്കിലും പെട്ടെന്ന് അവയുടെ അകപ്പൊരുൾ വ്യക്തമായെന്നു വരില്ല. പലഭാഗവും നിരർത്ഥകവും അസംബന്ധവുമായേ കേൾക്കുന്നവർക്കു പെട്ടെന്നു തോന്നുകയുള്ളൂ. തോറ്റത്തിലെ,

"അക്കരെയുണ്ടൊരു തോണികടപ്പാൻ
ഇക്കര വന്നിട്ടണയുമാത്തോണി.
ആധാരമായുള്ള തുഴയുമതുണ്ട്."

എന്നീ വരികളുടെ ഔചിത്യം സൂക്ഷ്മചിന്തകൊണ്ടേ ബോദ്ധ്യപ്പെടുകയുള്ളൂ.

സംസാരസാഗരം കടക്കുവാനുള്ള തോണിയും തുഴയുമാണ് വ്യംഗ്യമര്യാദയിൽ സൂചിപ്പിക്കപ്പെട്ടിരിക്കുന്നത്.

"ആറ് കടന്നിട്ട് അക്കരെച്ചെന്നാൽ
ആനന്ദമുള്ളോനെ കാണാകും പിന്നെ"

എന്നീ വരികളിൽ (38:46) കേവല പ്രസ്താവനയിൽ കവിഞ്ഞ ആശയസത്ത അടങ്ങുന്നുണ്ട്. കുണ്ഡലീനീശക്തി ഉണർന്ന് മൂലാധാരം, സ്വാധിഷ്ഠാനം, മണിപൂരകം, അനാഹതം വിശുദ്ധി ആജ്ഞ എന്നീ ഷഡാധാരത്തെ അഥവാ ചക്രത്തെ ഭേദിച്ച് സഹസ്രാരപത്മത്തിൽ എത്തുമ്പോഴുണ്ടാകുന്ന ആനന്ദാനുഭൂതി തന്നെയാണ് ഇവിടെ വിവക്ഷിക്കപ്പെട്ടിരിക്കുന്നത്.

"ഇത്തിരിച്ചക്കമുരട്ടിരിക്കെ
കൊമ്പത്തെച്ചക്കക്കുപോയകുട്ടൻ
കുട്ടനും ചക്കയും താനും കൂട, പിന്ന
കുമ്പിട്ടു കുത്തോടിവീണു കുട്ടാ"

എന്നീ വരികൾ (38:48) പ്രഥമശ്രവണത്തിൽ അസംബന്ധമെന്നേ തോന്നുകയുള്ളൂ. ഇതിലെ അകപ്പൊരുൾ ഗ്രഹിക്കുവാൻ കഴിഞ്ഞില്ലെങ്കിൽ നിരർത്ഥകമായിരിക്കുമത്. വസ്തു അടുത്തിരിക്കെ, അകലെ (ഉയരത്തിൽ) ഉള്ള വസ്തുവിനെ തേടിപ്പോകുന്നത് അപകടകരവും അർത്ഥശൂന്യവുമാണെന്നാണ് ഇതിലെ സൂചന. അന്തര്യാമിയായ പരമാത്മാവിനെ കാണാതെ, പരമാത്മാവായ ഈശ്വരനെ ദർശിക്കുന്നതിനു മറ്റു കുറുക്കുവഴികൾ നോക്കുന്നതിലുള്ള അനൗചിത്യം ഈ പാട്ടിൽ വ്യക്തമാക്കുന്നു.

"മുപ്പത്തിമൂന്ന് മരംനട്ടകാലം
മൂന്നു മരമതിലേറെ മുളച്ചു
മൂന്നുമരത്തിൽ കരിമരം പൂത്തു
ആമരം പൂത്തോരുപൂവുണ്ടെൻ കൈയിൽ"

എന്നീ വരികളിലും (38:45) ബാഹ്യപ്രസ്താവനയിൽ കവിഞ്ഞ അകപ്പൊരുൾ അടങ്ങിയിട്ടുണ്ട്. *ഋഗ്വേദ*ത്തിൽ ഭൂമി, ആകാശം, സ്വർഗ്ഗം എന്നീ മൂന്നുവിധം ദേവതകളുണ്ട്. ഈ മൂന്നിനെ സംബന്ധിച്ചവരായി മുപ്പത്തിമൂന്നു ദേവതകൾ വേദത്തിൽ സ്തുതിക്കപ്പെടുന്നു. ആ ആശയമാണ് ഈ പാട്ടിൽ സൂചിപ്പിക്കപ്പെട്ടിരിക്കുന്നത്. ഇതിനു മറ്റൊരർത്ഥവും കണ്ടെത്താവുന്നതാണ്. മസ്തിഷ്കത്തിന്റെ തുടർച്ചയായി ഇഡ, പിംഗള എന്നീ

നാഡികളും അവയുടെ മദ്ധ്യത്തിൽ സുഷുമ്നാനാഡിയും സ്ഥിതിചെയ്യുന്നു. മുഖ്യമായ ഈ നാഡികളിൽനിന്ന് ഉപശാഖാഗതങ്ങളായ അനേകം നാഡികൾ ശരീരത്തിൽ വ്യാപിച്ചുകിടക്കുന്നു. സഹസ്രാരപത്മത്തിൽ നിന്നുള്ള ശക്തിധാരയുടെ നിരന്തര പ്രവാഹം നേരിട്ടു ലഭിക്കുന്നത് ഈ നാഡികളിൽ കൂടിയാണ്. സുഷുമ്നാനാഡി ഇതിൽ മുഖ്യമാണ്. ഈ പാട്ടിൽ പ്രസ്തുത ആശയം കൂടി ധ്വനിക്കുന്നുണ്ട്.

പൊട്ടൻ തെയ്യത്തോറ്റത്തിൽ പുഞ്ചവിളയെക്കുറിച്ചുള്ള ഒരു വർണ്ണന കാണാം.

"വൈനാടോൻ വൈനാടോൻ വൈനാടോൻ പുഞ്ച
വൈനാടോൻ പുഞ്ചക്ക് വേലികെട്ടേണ്ടാ
വേലികെട്ടേണ്ട വരമ്പിടവേണ്ട
വെയിലത്തു നിന്നു പണി ചെയ്കവേണ്ടാ
വിത്തിടവേണ്ട വിതക്കയും വേണ്ട
താനേ വിളയുമാ വൈനാടോൻ പുഞ്ച"

എന്നു (38:42) കേൾക്കുമ്പോൾ, കേവലം അസംബന്ധമാണെന്നു തോന്നിയില്ലെങ്കിലേ അത്ഭുതമുള്ളൂ. സനാതനാനുക്ഷണവികസ്വര സുന്ദരപ്രപഞ്ചത്തെയാണ് ഇതിൽ ചിത്രീകരിച്ചിരിക്കുന്നത്.

"അരുമയിൽ ചാള ചവിച്ചിതു പണ്ടേ
ആചാര്യൻ താനു മളന്നു വരച്ചാൻ
ഒരുമിച്ച തൂണവനാലും നിരത്തി
ഒൻപതു ചാണുള്ളൊരുഴിക വെച്ചാൻ
വാതിലുമൊമ്പതു വെച്ചോരോഭാഗേ
വാരിയും തട്ടി വളർ കോലും വീതു
വാരിപുറമെ യോരോലയും കെട്ടി
ഒത്ത മുകളിലൊരോടും കമിച്ചാൻ
ആധാരമെന്തുപോൽ ചാളക്കുറുപ്പ്
അയ്പത്തൊന്നാണി തറച്ച തുറപ്പ്
അരുമപ്പണിയെല്ലാം സൂക്ഷിച്ചു കണ്ടാൽ
പേടിയാകുന്ന് പൊളിച്ചു പോമെന്ന്"

എന്നിങ്ങനെ പൊട്ടൻ തെയ്യത്തോറ്റ(38:46)ത്തിൽ ഒരു ചാളയുടെ വർണ്ണനയുണ്ട്. മനുഷ്യ ശരീരത്തിന്റെ പ്രതീകമാണ് ഈ ചാളയെന്നു മനസ്സിലാക്കുമ്പോൾ മാത്രമേ ഈ വർണ്ണന അർത്ഥ പൂർണ്ണമാകയുള്ളൂ. 'വള്ളോകവി' (38:76-79) എന്ന പഴയൊരു പാട്ടിലെ പല ആശയങ്ങളും പൊട്ടൻ തെയ്യത്തോറ്റത്തിൽ അങ്ങിങ്ങായിക്കാണാം. കൂടാതെ, പടയണിയിലെ പുലവൃത്തം കളിപ്പാട്ടിലും കണ്യാർകളിയിലെ വള്ളോൻകളിപ്പാട്ടിലും വള്ളോകവിതയുടെ സ്വാധീനമുണ്ട്.

"ഐവർ പുരാക്കന്മാർ പുഞ്ച വിതപ്പാ-
നൈവരുമൊത്തു പണി ചെയ്താനെത്തേ"

എന്നാരംഭിക്കുന്ന ഒരു പാട്ട് (28:63) പുഞ്ചയെപ്പറ്റി പുലവൃത്തം കളിക്കും പാടിവരുന്നു.

"പരിചൂടാൻ പുരയൊന്നു കെട്ടിച്ചമച്ചു
പാരാതെ മൂന്തറയാക്കിവച്ചൊന്നിൻ
ചരസമായി രണ്ടു തൂണു താനും നിറുത്തി
താനേ മുച്ചാണിൽ മുറികൾ കൂടാതെ."

എന്നാരംഭിക്കുന്ന (16:51) പുര (ചാള) വർണ്ണന കണ്യാർകളിയിലെ വള്ളോൻ കളിപ്പാട്ടിലും കേൾക്കാം.

2.14 വർണ്ണനകൾ

നാടൻപാട്ടുകളിൽ സ്വാഭാവികത മുറ്റിയ വർണ്ണനകൾ ധാരാളം അടങ്ങുന്നു. അതോടൊപ്പം അത്യുക്തിപരമോ അസാധാരണമോ ആയ കാര്യങ്ങളും ചിലപ്പോൾ വർണ്ണിക്കുന്നതു കാണാം.

"വട്ടക പോലെ ദൈവത്തൂടെ കണ്ണമാകുന്നു
വെള്ളാടം കത്തിപോലെ ദൈവത്തൂടെ എകിറുമാകുന്നു
മഴുപോലെ ദൈവത്തൂടെ പല്ലുമാകുന്നു
കൊഴുപോലെ ദൈവത്തൂടെ നാവുമാകുന്നു"

എന്ന ഭാഗം പാണന്മാരുടെ തോറ്റത്തിൽ ഗുളികനെയും മൂന്നാറ്റാന്മാരുടെ തോറ്റത്തിൽ കുട്ടിച്ചാത്തനെയും വർണ്ണിക്കുന്നതാണ്.

പുള്ളുവന്മാരും കല്ലാറ്റ കുറുപ്പന്മാരും ഭൂതത്താൻ കളം കുറിച്ച് പാട്ട് നടത്താറുണ്ട്.

"വട്ടിപോലെ വയറ്
കൂടാരം പോലെ നെഞ്ച്
ഈറ്റപ്പനപോലെ കാല് രണ്ടും
കുഴിതാളം പോലെ കണ്ണ്
ആര്യർ വാളുകൊണ്ട് നാവു വടിച്ച്
ആനക്കൊമ്പ് പല്ലിട കുത്തി
ചോരകൊണ്ടു കുലുക്കുഴിഞ്ഞു
ആകാശത്തേക്ക് തൃക്കുടുമയും ചാരി
കടലോട് വയർചാടി
മലയോട് മുതുക് ചാരി

ആകാശത്തേക്കു നോക്കിനില്ക്കുന്ന
നാഗഭൂതത്താൻ പൊൻമകൻ"

എന്നിങ്ങനെ ഭീമാകാരനായ ഭൂതത്താനെയാണ് 'ഭൂതത്തിൽ പാട്ടി'ൽ പുള്ളുവൻ വർണ്ണിക്കുന്നത്.

"മഴുപോലെ പല്ലും
കൊഴുപോലെ നാവ്
കുന്താണി പോലെ മൂക്ക്
കുണ്ടുകിണറ്റിൽ
മിന്നാമിനുങ്ങുപോലെ
കണ്ണിലെ മിഴിരണ്ടും
പെരുമ്പാമ്പ് കൊന്നു
തൂക്കിയതുപോലെ കൈയും കാലും
തന്നോരുമുതുകിന്ന്
വിരുന്നു പോയിക്കിടക്കുന്ന വയറ്
നിരന്ന പാറപ്പുറത്ത്
പാടവള്ളി പടർന്നാരേ-
പ്പോലെ നാരും ഞരമ്പും"

എന്ന ഭാഗം (20:51) പാന എന്ന അനുഷ്ഠാന കലാ നിർവ്വഹണത്തിനു പാടാറുള്ള പാനത്തോറ്റത്തിലെ വേതാളത്തിന്റെ വർണ്ണനയിലുള്ളതാണ്.

പണ്ടത്തെ അങ്കച്ചേകോന്മാർ അങ്കം തുടങ്ങുന്നതിന്നു മുമ്പ് പല അഭ്യാസപ്രകടനങ്ങളും നടത്തുമായിരുന്നു.

"പാവാടതന്നെ വിരിക്കുന്നുണ്ട്
പാവാടമുകളിൽ തളിക വെച്ചു
തളിക നിറയോളം വെള്ളരിയും
വെള്ളരി മുകളിലൊരു നാളികേരം
നാളികേരത്തിന്മേൽ ചെമ്പഴുക്ക
പഴുക്ക മുകളിലൊരു കോഴിമുട്ട
കോഴിമുട്ടമേൽ സൂചിനാട്ടി
സൂചിമുനമേൽ ചുരികനാട്ടി
ചുരിക മുനമേൽ മറിഞ്ഞുനിന്നു
നൃത്തങ്ങളേഴും കഴിച്ചവനും"

എന്ന ഭാഗം (10:102) അത്ഭുതകരമായ അത്തരം പ്രകടനങ്ങളിലൊന്നിനെ വർണ്ണിക്കുന്നതാണ്. അസംഭവ്യമോ അസംബന്ധമോ ആയ ഒരു സംഭവത്തിന്റെ വർണ്ണനയെന്നേ ഇതിനെ വിശേഷിപ്പിക്കുവാനാവൂ.

നാടൻപാട്ടുകളിൽ കാണുന്ന വർണ്ണനകളിൽ ഒരിനമാണ് കോട്ടകളുടെ വർണ്ണന. അത്ഭുതവും അസാധാരണവുമായ രീതിയിലാണ് ചില കോട്ടകളുടെ വർണ്ണനകൾ കാണുന്നത്.

"കോട്ടപ്പതവിയല്ലേ കേക്കണ്ടത്
കോട്ടേമ്മക്കോട്ട ചിലങ്കക്കോട്ട
ഏഴുവരിക്കോട്ടയിരുമ്പെ കൊണ്ട്
ഏഴുവരിക്കോട്ടചെമ്പെകൊണ്ട്
കോട്ടക്ക് തൊണ്ണൂറ് വാതില്ണ്ട്
ചരടുമേ ചങ്ങലയാണ് കോട്ടക്ക്
ഒരുതല ചങ്ങലവലിക്കുന്നേരം
തൊണ്ണൂറ് വാതിലതടഞ്ഞുപോവേ
ഒരു തല കണ്ട് വലിക്കുന്നേരം
തൊണ്ണൂറ് വാതില്മലരപ്പോകും"

എന്ന ഭാഗം ചാരൻ പാട്ടുകളിലെ വർണ്ണനകളിലൊന്നായ പുന്നാപുരം കോട്ടയുടെ വർണ്ണനയിലുള്ളതാണ്. കരിമ്പാലരുടെ ചീറുമ്പപ്പാട്ടിൽ മേലൂർക്കോട്ടയെന്ന ഒരു കോട്ടയുടെ വർണ്ണനയുണ്ട്.

"അടക്കുമ്പം ഒമ്പതുവാതിലൊപ്പരം അടക്കാം
തുറക്കുമ്പം ഒമ്പതുവാതിലൊപ്പരം തുറക്കാം
യന്തറപ്പണിയുള്ള കോട്ടയാണ്"

എന്നിങ്ങനെ (33:92) അത്ഭുതവും അസാധാരണവുമായ ഒരു കോട്ടയായിട്ടാണ് അത് ചിത്രീകരിക്കപ്പെട്ടിട്ടുള്ളത്.

നാടൻ പാട്ടുകളിൽ നല്ലൊരു ഭാഗം അർത്ഥപ്രകാശന ശക്തിയുള്ളവയും പുരാവൃത്തങ്ങളുടെ സുഭഗമായ ആവിഷ്കരണം കൊണ്ട് ധന്യവുമാണ്. സാമൂഹിക പ്രതിഫലനങ്ങളും അവയുടെ സവിശേഷതയായി പറയാം. അതേസമയം, നേരംപോക്കിനു മാത്രമായോ ചിരിപ്പിക്കുന്നതിനുവേണ്ടിയോ പാടുന്ന നിരർത്ഥകങ്ങളും അസംബന്ധങ്ങളുമായ ഗാനങ്ങളും നാടൻപാട്ടിന്റെ ലോകത്ത് കാണുവാൻ കഴിയും. അസംബന്ധമാണെന്നു തോന്നുന്നവപോലും ശബ്ദ ചമല്ക്കാരവും താളബോധവും കൊണ്ട് ശ്രോതാക്കളെ ആകർഷിക്കും. ചില അസംബന്ധപ്പാട്ടുകളിൽ ഉചിതമായ അർത്ഥത്തിന്റെ നേരിയ നിഴലാട്ടവും കാണാം. ഏതെങ്കിലും തരത്തിലുള്ള ധർമ്മ നിർവ്വഹണത്തിനു ശക്തമല്ലാത്ത ഭാഗങ്ങൾ അസംബന്ധപ്പാട്ടുകളിൽ ഇല്ലെന്നു പറഞ്ഞുകൂടാ.

അസംബന്ധകല്പനകൾ നാടൻ വാങ്മയങ്ങളിലും ഗദ്യാഖ്യാനങ്ങളിലും

ഫോക്‌ലോറിൽ നാടൻ വാങ്മയങ്ങൾക്കുള്ള സ്ഥാനം അന്യാദൃശമാണ്. അവയുടെ വിഷയപരിധിയെ സംബന്ധിച്ച് അഭിപ്രായഭിന്നതകൾ നിലനില്ക്കുന്നു. ഐതിഹ്യങ്ങൾ, പഴഞ്ചൊല്ലുകൾ, കടങ്കഥകൾ, നാടൻകഥകൾ, പുരാവൃത്തങ്ങൾ തുടങ്ങിയവയെല്ലാം വാങ്മയ കലകളാണെന്ന് വില്യം ആർ ബാസ്ക അഭിപ്രായപ്പെടുന്നു. എന്നാൽ നാടൻപാട്ടുകൾ, ഐതിഹ്യങ്ങൾ, നാടൻകഥകൾ തുടങ്ങിയവയെ നാടൻ വാങ്മയവിജ്ഞാനത്തിൽനിന്നും വേർതിരിച്ചു കാണുന്നവരുമുണ്ട്. പാട്ട്, ഉരൈ, മുതുചൊൽ (മുതുമൊഴി), നൂൽ, പിചി, അങ്കതം, മന്തിരം തുടങ്ങിയവ വാങ്മൊഴി രൂപങ്ങളിൽപ്പെടുന്നവയാണെന്നു *തൊൽക്കാപ്പിയ*ത്തിൽ (8:31, 57, 60, 61) സൂചിപ്പിച്ചുകാണാം. ഏതായാലും കടങ്കഥകൾ, പഴഞ്ചൊല്ലുകൾ, മാന്ത്രികവാക്യങ്ങൾ, അമ്മായിപ്പഴമകൾ, അടക്കമൊഴികൾ, പുരാവൃത്തം, ഐതിഹ്യം, നാടൻ കഥകൾ തുടങ്ങിയവയാണ് ഇവിടെ പരാമർശവിഷയമാക്കിയിട്ടുള്ളത്.

3.1 കടങ്കഥകൾ

പരമ്പരാഗതമായ അഭിവ്യഞ്ജനത്തിന്റെ സമഗ്രവും സംക്ഷിപ്തവുമായ രൂപങ്ങളാണ് കടങ്കഥകളും പഴഞ്ചൊല്ലുകളും. നാടൻ പാരമ്പര്യത്തിന്റെ യഥാർത്ഥ രൂപങ്ങളാണവ. സാമാന്യ വ്യവഹാര ഭാഷയുടെ സൂത്രവല്കൃതമായ രൂപമാണ് പഴഞ്ചൊല്ലുകളും കടങ്കഥകളും (21:13). യുക്തിവിരുദ്ധമോ അസംബന്ധമോ ആണെന്നു പെട്ടെന്നു തോന്നാവുന്ന പ്രസ്താവനകൾ അവയിൽ സ്വാഭാവികമായും കാണാവുന്നതാണ്. പഴഞ്ചൊല്ലുകളിലേക്കാൾ കടങ്കഥകളിലാണ് അസംബന്ധകല്പനകൾ കൂടുതലുള്ളത്.

പെട്ടെന്നു ഉത്തരം കണ്ടെത്തുവാൻ കഴിയാത്തവയും എന്നാൽ അല്പം ചിന്തിച്ച് സൂക്ഷ്മാർത്ഥം ഗ്രഹിക്കാവുന്നവയുമായ ഒരുതരം ഗൂഢാർത്ഥവാക്യങ്ങളാണ് കടങ്കഥകൾ. ഒരു കടങ്കഥയിൽ രണ്ടു മുഖ്യ ഘടകങ്ങൾ ഉണ്ടായിരിക്കും. ഒന്ന് ചോദ്യവും മറ്റൊന്ന് അതിന്റെ ഉത്തരവും. തന്നിട്ടുള്ള പദവും അതിന്റെ ധർമ്മവും അടങ്ങിയതാണ് ചോദ്യഭാഗം. ഉത്തരം ഗുപ്തപദവുമാണ്. ഭാവനാ നിർഭരമായിരിക്കും ചോദ്യം. അതിന്റെ അർത്ഥം പ്രത്യക്ഷമായുള്ളതല്ല. ഉൾക്കാഴ്ചയുണ്ടെങ്കിലേ അത് എളുപ്പത്തിൽ കണ്ടെത്തുവാൻ കഴിയൂ. യഥാർത്ഥത്തിൽ ഗോപന പ്രയോഗം കടങ്കഥകൾക്ക് സൗന്ദര്യവും അർത്ഥവും നല്കുന്നു (2:43). പക്ഷേ, അവ കണ്ടെത്താൻ കഴിഞ്ഞില്ലെങ്കിൽ നിരർത്ഥകമോ അനുചിതമോ ആയിട്ടേ തോന്നുകയുള്ളൂ.

'ഇല്ലിമേലായിരിക്കും ചോരക്കുഞ്ഞ്'
(പഴുത്ത മുളക്)
'ഇല്ലിമേലായിരിക്കും പല്ലിമുട്ട'
(നെല്ലിക്ക)
'ആനക്കൊമ്പിലുണക്കലരി'
(വഴുതനങ്ങ)
'മുറ്റത്തു നില്ക്കുന്ന കല്യാണപ്പെണ്ണിനു
മുപ്പത്തിരണ്ടു മുറിപ്പല്ല്'
(കുലച്ച വാഴ)

തുടങ്ങിയ കടങ്കഥകൾ പ്രഥമ ശ്രവണത്തിൽ അസംബന്ധമെന്നേ തോന്നുകയുള്ളൂ. ഇവയുടെ ശരിയായ അർത്ഥതലം (ഉത്തരം) കണ്ടെത്തുവാൻ ഔപമ്യമാണ് സഹായിക്കുക. തർക്കശാസ്ത്രത്തിലെ സാദൃശ്യാനുമാനരീതിയാണ് ഏറക്കുറെ കടങ്കഥകളുടെ രൂപീകരണത്തിനും അടിസ്ഥാനം. വസ്തുതകൾ തമ്മിലുള്ള ഔപമ്യത്തിൽനിന്ന് അനുമാനങ്ങൾ രൂപീകരിക്കുവാൻ കഴിയും. നല്കപ്പെട്ടതായ, അറിയാവുന്ന സാദൃശ്യങ്ങളിൽനിന്ന് നല്കപ്പെടാത്തതിനെ ഊഹിക്കുകയാണ് ചെയ്യുന്നത്.

കടങ്കഥാവാക്യങ്ങളിൽ അടങ്ങിയ കാര്യകാരണബന്ധയോഗത്തെയും ധർമ്മത്തെയും അടിസ്ഥാനമാക്കിയുള്ള കടങ്കഥകൾ വിവിധ മാതൃകകളിലുണ്ട്.

'കണ്ടാൽ വണ്ടി തൊട്ടാൽ ചക്രം'
(തേരട്ട)
'കുറിക്കു മുമ്പൻ ഇലക്കുപിമ്പൻ'
(കറിവേപ്പില)

എന്നീ കടങ്കഥകളിൽ പൊരുത്തമില്ലാത്തവയോ, വിപരീതങ്ങളോ അസമാനങ്ങളോ ആയ ധർമ്മങ്ങളുടെ സമന്വയമാണ് കാണുന്നത്. 'ചപ്പ്

ചിന്നം ചിന്നം കായിമുളംമുള്ളം' (പാവയ്ക്ക), 'കാട്ടിൽ കരിങ്കുറ്റി വീട്ടിൽ കണക്കപ്പിള്ള' (മുളംകുറ്റി) എന്നിവയിലും വിരുദ്ധ ധർമ്മയോഗം തന്നെ യാണുള്ളത്.

'അപ്പാട്ടെപ്പട്ടിക്ക് മുമ്പോട്ട് വാല്'
(കിണ്ടി)
'ഇട്ടാൽ പൊളിയാത്ത കിങ്കിരിമുട്ട'
(തുണിക്കെട്ട്)

എന്നിവ കേൾക്കുമ്പോൾ അസംഭവ്യമെന്നു തോന്നിക്കുന്നവാക്യ ങ്ങളാണ്. വിരോധധർമ്മമാണ് അവയ്ക്കുള്ളത്.

'നാലാള് അകത്തുപോയി
ഒരാൾ പുറത്തുവന്നു.'
(മുറുക്കിത്തുപ്പൽ)
'ഉള്ളിൽച്ചെന്നാൽ കൊള്ളക്കാരൻ'
(മദ്യം)

എന്നീ കടങ്കഥകളിൽ സംഭാവനാധർമ്മമാണുള്ളത്. ഒരു കാര്യം നട ന്നാൽ മറ്റൊരു കാര്യം സംഭവിക്കും എന്ന കല്പനയാണതിൽ കാണുക.

'കത്തിയാളില്ലാതെ കാടുവയക്ക'
(വെറ്റിലനുള്ളിയെടുക്കൽ)

എന്ന കടങ്കഥ വിഭാവനാധർമ്മത്തോടു കൂടിയതാണ്. കാര്യകാരണ ബന്ധത്തെ അടിസ്ഥാനമാക്കി പറഞ്ഞാൽ, കാരണമില്ലാതെ കാര്യം സാധി ക്കുന്നതായുള്ള പ്രസ്താവനയാണ് അതിൽ കാണുന്നത്.

'അകത്തു ചത്താൽ പുറത്തു നാറും.'
(പഴുത്ത ചക്ക)

എന്നതിലാകട്ടെ കാര്യകാരണ വിരുദ്ധയോഗമാണ്. കാരണമൊരി ടത്തും കാര്യം അതിനോടു സംബന്ധിക്കാത്ത മറ്റൊരിടത്തും സംഭവി ക്കുന്നതായുള്ള പ്രസ്താവന ഇതിൽ കാണുന്നു.

'വെള്ളിപ്പൊതിയിൽ വെള്ളിക്കോല്'
(വാഴയുടെ കാമ്പ് - വാഴപ്പിണ്ടി)

എന്ന കടങ്കഥ വാക്യത്തിൽ സമാന ധർമ്മയോഗമാണുള്ളത്. അനു രൂപങ്ങളായവയുടെ ചേർച്ചയാണ് അതിൽ കാണുക. കാരണത്തിനു അനുഗുണമാണു കാര്യം.

'അമ്മയ്ക്കു വയറിളക്കം
മകൾക്കു തലക്കറക്കം'
(തിരികല്ല്)

എന്ന കടങ്കഥയിൽ അനന്വിത ധർമ്മം കാണാം. വിഷമ ധർമ്മങ്ങളോടു കൂടിയവയെ ചേർത്തു പറഞ്ഞ് താരതമ്യപ്പെടുത്തുകയാണതിൽ ചെയ്തിട്ടുള്ളത്. മറ്റൊരു വിധത്തിൽ പറഞ്ഞാൽ വിഷമധർമ്മങ്ങളുടെ സമുച്ചയമാണത്.

'പട്ടരുകത്തി, പട്ടരുടെ പൂണൂല്കത്തിയില്ല'
(വഴി)

ഒരു കടംകഥയിൽ വിശേഷോക്തിയുടെ ധർമ്മമാണു പ്രകടമാകുന്നത്. കാര്യകാരണബന്ധം പരിശോധിച്ചാൽ, ഹേതു ഉണ്ടായിട്ടും കാര്യം (ഫലം) ഇല്ലാതിരിക്കുന്ന അവസ്ഥയെയാണ് അത് വെളിപ്പെടുത്തുന്നത്.

കടങ്കഥാവാക്യങ്ങൾ ഒരുതരം വിരോധാഭാസമാണെന്നു ഇത്രയും കൊണ്ടു വ്യക്തമായല്ലോ. അവയുടെ പൊരുൾ അറിയുന്നത് ഒടുവിൽ മാത്രമാണ്.

'കുത്തുന്ന മൂരിക്ക് പിന്നാലെകയറ്'
(സൂചിയും നൂലും)
'ഒരമ്മ ഒരമ്മാരെ വായിൽ ഛർദ്ദിച്ചു'
(അരിവാർക്കൽ)
'വരമ്പത്തിരുന്ന്
വാലോണ്ട് വെള്ളം കുടിച്ചു'
(വിളക്കിലെ തിരി)
'പച്ച പത്തായത്തിൽ പല്ലിമുട്ട'
(കപ്പയ്ക്ക; പപ്പയ്ക്ക)
'മുറ്റത്തെ കന്യക നിന്നു പെറ്റു'
(വാഴ)
'നാലു കാലുള്ളൊരു നങ്ങേലിപ്പെണ്ണിനെ
കോലുനാരായണൻ താലികെട്ടി'
(പാമ്പ് തവളയെ പിടിക്കുന്നത്)
'രണ്ടു കിണറ്റിന് ഒരുപാലം'
(മൂക്ക്)
'രണ്ടച്ചിക്ക് ഒരു തലയണ'
(കണ്ടത്തിലെ വരമ്പ്)
'മഞ്ഞക്കാള്ക്ക് പള്ളയ്ക്ക് കൊമ്പ്'
(കിണ്ടി)
'കാളകിടക്കും കയറോടും'
(മത്തങ്ങ)

'വാണിയന്റാലയിൽ
ചുറ്റുന്ന ദൈവം'

(ചക്ക്)

എന്നിങ്ങനെ കേൾക്കുമ്പോൾ അസഭ്യങ്ങളെന്നോ അസംഭവ്യങ്ങളെന്നോ തോന്നാവുന്ന എത്രയോ കടങ്കഥാവാക്യങ്ങളുണ്ട്.

'ചൊറി തിരുമ്മി പറികടിച്ചു,

(കക്കിരിക്ക)

എന്നിങ്ങനെ അശ്ലീലമെന്നു തോന്നിക്കുന്ന കടങ്കഥാവാക്യങ്ങളും കുറവല്ല.

'മണ്ടയിൽച്ചെന്നു കുണ്ടിൽച്ചാടി
കൂക്കിവിളിച്ചു കുന്നതുകേറി'

(ഏത്തം)

എന്നു കേൾക്കുമ്പോൾ തല തിരിഞ്ഞൊരു കുഴപ്പക്കാരന്റെ പ്രതീതിയാണ് ഉളവാകുന്നത്. അതിലെ ഗുപ്തമായ ആശയം അറിയുമ്പോൾ മാത്രമാണ് ആ കടങ്കഥാവാക്യം അർത്ഥവത്താകുന്നത്.

'അമ്മ കല്ലിലും മുള്ളിലും
മോള് കല്യാണപ്പന്തലിൽ'

(തെങ്ങ്, തേങ്ങ)

'അമ്മ കറുത്തിറ്റ് മോള് വെളുത്തിറ്റ്
മോളെമോളൊരു പൊൻകുമ്പ'

(വെള്ളിലച്ചെടി)

'അമ്മ കിടക്കും മോളുരുളും'

(അമ്മിയും അമ്മിക്കുഴയും)

'ആയിരം കോമരം ഒന്നിച്ചു തുള്ളുമ്പം
ആശാരിച്ചെക്കൻ തടുത്തു നിറുത്തി'

(അരിവാർക്കൽ)

'ഒരച്ചിക്കു മൂന്നു മുല'

(അടുപ്പ്)

'കറുത്ത പാറമേൽ വെളുത്ത വേര്'

(ആനക്കൊമ്പ്)

'കാട്ടിലെ അമ്മയ്ക്ക് തലയിൽ കെറുപ്പം'

(ഈന്ത്)

എന്നിങ്ങനെ വിരുദ്ധ ഭാവകല്പനയും അസംബന്ധ പ്രതീതിയും ജനിപ്പിക്കുന്ന എത്രയോ കടങ്കഥാമൊഴികളുണ്ട്.

'അടിക്കാത്ത മുറ്റവും
വറ്റാത്ത കെരണ്ടും'
(കടൽക്കരയും കടലും)
'അമ്മേനകുത്തി മോൾ ചത്തു'
(തീപ്പെട്ടിയും കൊള്ളിയും)
'ആയിരം കണ്ണൻ ആറ്റിൽച്ചാടി'
(വല)
'ആയിരം പല്ലുള്ള കരുമാടിക്കുട്ടൻ
കുറ്റിത്തടിയനെ കീറിപ്പിളർന്നു'
(ഈർച്ചവാൾ മരത്തിൽ ഇരുന്നത്)
'ഇലയുമില്ല, പൂവുമില്ല
കായുമില്ല കരിവള്ളിക്ക്'
(തലമുടി)
'ഇല്ലിക്കൊമ്പത്തില്ലിക്കൊമ്പ-
തീശോ മാപ്പിള തീപൂട്ടി'
(മിന്നാമിനുങ്ങ്)
'ഉടുക്കാത്ത മങ്ക കുടയേന്തി നില്ക്കുന്നു'
(തെങ്ങ്)
'ഉണ്ണും കുഞ്ഞി ഉറങ്ങും കുഞ്ഞി
ചുവരും ചാരി നിക്കും കുഞ്ഞി'
(തളിക/കിണ്ണം)
'എല്ലില്ലാപ്പക്ഷിക്ക് വാലുമ്മലെല്ല്'
(വഴുതനങ്ങ)
'ഒരാൾക്ക് കാലിലും കെട്ട്
തലയിലും കെട്ട്'
(ഉലക്ക)
'ഒരമ്മ പെറ്റ മക്കളെല്ലാം
പച്ചത്തൊപ്പിയിട്ടവര്'
(അടയ്ക്ക)

എന്നിങ്ങനെ അസംഭവ്യവും അസംബന്ധവുമായി തോന്നാവുന്ന കടങ്കഥാമൊഴികൾ എത്രവേണമെങ്കിലുമുണ്ട്. അവയുടെ പൊരുളറിയുവാൻ ഉത്തരം തേടണം.

'ആറിൽനിന്നൊന്നെടുത്തു
ഒന്നുകൊണ്ടു മൂന്നാക്കി
മൂന്നിൽനിന്നൊന്നുതിന്നു
രണ്ടുകൊണ്ട് നൂറാക്കി'

എന്ന കടങ്കഥ സംഖ്യകൾ കൊണ്ടുള്ള ഒരു കണക്കുകൂട്ടലാണെന്നു

തോന്നാം. എന്നാൽ, മറ്റൊരു കാര്യമാണ് ഇതിൽ അടങ്ങിയിട്ടുള്ളത്. ആറിൽ (പുഴയിൽ) നിന്ന് കക്കയെടുത്ത് രണ്ടായി പിളർന്ന് അതിനുള്ളിലെ ഇറച്ചി തിന്നുകയും രണ്ടു പുറന്തോടുകൾ ചുട്ട് നൂറ് (ചുണ്ണാമ്പ്) ആക്കുകയും ചെയ്യുന്നതിനെയാണ് ഈ കടങ്കഥാവാക്യംകൊണ്ട് വിശദമാക്കുന്നത്.

'ഒരാടിയെന്നൊരു മരം
ഈരാറുപന്ത്രണ്ട് കൊമ്പ്
അതിലാറ് പച്ച, ആറുണക്ക്'

എന്ന പ്രസ്താവനയും അസംബന്ധമെന്നല്ലാതെ, മറ്റൊന്നും തോന്നുകയില്ല. കടങ്കഥയെന്ന നിലയിൽ ഇതിന്റെ ഉത്തരം കണ്ടെത്തുമ്പോൾ മാത്രമാണ് അത് അസംബന്ധമല്ലെന്നു ബോദ്ധ്യപ്പെടുന്നത്. പന്ത്രണ്ടു മാസങ്ങൾ അടങ്ങിയതും ആറു മാസം വെയിലും ആറുമാസം മഴയുമുള്ളതുമായ ഒരാണ്ടിനെയാണ് ഇത് സൂചിപ്പിക്കുന്നത്.

'വൈക്ക്നിക്കല്ല കൊമ്പത്തുകണ്ണാ
കയിമ്മല് മൂക്കനാറ് വര്ന്ന്ണ്ട്പോലും
ആരു പറഞ്ഞത് പള്ളക്കുകണ്ണാ
വായിലെ നാവും വയറ്റിൽ കൊടലും
ഇല്ലാത്തവര് പറഞ്ഞോണ്ട് പോന്ന്

എന്ന കടങ്കഥ (29:88) നോക്കുക. കൊമ്പത്തു കണ്ണൻ (നത്തക്ക/അട്ടക്കുടു) കൈമ്മല് മൂക്കനാര് (ആന), പള്ളയ്ക്കു കണ്ണൻ (ഞണ്ട്) 'വായിലെ നാവും വയറ്റിലെ കൊടലും ഇല്ലാത്തവർ (ചെണ്ട) എന്നീ പദങ്ങൾ അസംബന്ധവും അസംഭവ്യവുമായി തോന്നാതിരിക്കുകയില്ല. പക്ഷേ, അവ പ്രതിനിധീകരിക്കുന്ന പദങ്ങൾ മനസ്സിലാക്കുമ്പോൾ അർത്ഥവത്തായ ചിരിക്കു വക നല്കും.

'പത്തുകാലൻ ചത്തുപൊങ്ങി
നാലു കാലൻ നോക്കിനിന്നു
രണ്ടു കാലൻ കൊണ്ടുപോയി.'

എന്നൊരു കടങ്കഥയുണ്ട്. ഇതിന്റെ ഉത്തരം അറിയുന്നതുവരെ അസംബന്ധ പ്രസ്താവനയായേ ഇത് തോന്നുകയുള്ളൂ. പത്തുകാലൻ, നാലുകാലൻ, രണ്ടുകാലൻ, എന്നീ പദങ്ങൾ യഥാക്രമം ഞണ്ട്, നായ, പരുന്ത്/കിടിയൻ എന്നിവയെയാണ് പ്രതിനിധീകരിക്കുന്നത്.

'പുറം മുള്ളുവേലി
അതിനകത്ത് പൊല്ലവേലി
അതിനകത്ത് മധുരവേലി

അതിനകത്തിരിക്കുന്ന
സുന്ദരിപ്പെണ്ണിനെ
ചുട്ടുതിന്നാൻ തരുമോ'

എന്നത് ഒരു കടങ്കഥാവാക്യമാണ്. പുറത്തുള്ള മുള്ളുവേലിക്കകത്ത് പൊല്ലവേലിയും അതിനകത്തെ മധുരവേലിയുമുള്ള ഒരു സ്ഥലത്തിരിക്കുന്ന സുന്ദരിയെപ്പറ്റി കേൾക്കുമ്പോൾ അത്ഭുതവും അസാധാരണവുമായ ഒന്നായാണ് തോന്നുക. ഇത് ചക്കക്കുരുവിനെക്കുറിച്ചുള്ള ഒരു കടങ്കഥ/പ്രസ്താവനയാണെന്നറിയുമ്പോൾ ചിരിക്കാതിരിക്കാൻ കഴിയുകയില്ല.

"പുറം പൊന്തം പൊന്തം
അതിനുള്ളിൽ പഞ്ഞിക്കെട്ട്
അതിനുള്ളിൽ ഇരുമ്പുകെട്ട്
അതിനുള്ളിൽ ഈയ്യ കട്ട
അതിനുള്ളിൽ പനിനീര്'

എന്ന കടങ്കഥയും കേൾക്കുമ്പോൾ അസംബന്ധമായി തോന്നും. പക്ഷേ, തേങ്ങയെക്കുറിച്ചുള്ള ഒരു കടങ്കഥയാണിതെന്ന് മനസ്സിലാക്കുമ്പോൾ പൊരുൾ വ്യക്തമാകും.

3.2 പഴഞ്ചൊല്ലുകൾ

നിരീക്ഷണത്തിന്റെയും അനുഭവത്തിന്റെയും വെളിച്ചത്തിൽ ജനം നേടിയ ചിന്തയുടെ രൂപമാണ് പഴഞ്ചൊല്ലുകൾ എന്നതിൽ പക്ഷാന്തരമില്ല. എന്നിരുന്നാലും പെട്ടെന്നു കേൾക്കുമ്പോൾ യുക്തിരഹിതമെന്നോ അസംബന്ധമെന്നോ തോന്നിക്കുന്ന ചില പഴഞ്ചൊൽ വാക്യങ്ങൾ കണ്ടേക്കാം.

'തല്ലും കുത്തും ചെണ്ടക്ക്
അപ്പോം ചോറും മാരാന്ന്'
'നാക്കുള്ളവന് നാട്ടേപ്പാതി.'
'ചുമരിന്നും ചെവിയുണ്ട്'

എന്നിങ്ങനെ അയുക്തമെന്നോ അസംഭവ്യമെന്നോ അതിശയോക്തിപരമെന്നോ തോന്നുന്ന പ്രസ്താവനകൾ പഴഞ്ചൊൽ വാക്യങ്ങളിലും ദുർല്ലഭമായി കാണാം. വ്യംഗ്യാർത്ഥമറിയുമ്പോഴേ ഇവയുടെ ചമല്ക്കാരം ആസ്വാദ്യമായിത്തീരുകയുള്ളൂ.

'കൊച്ചികണ്ടവന് അച്ചിവേണ്ട'
'ആഴം മുങ്ങ്യാൽ ശീതില്ല'
'മുറ്റത്തെ മുല്ലയ്ക്കു മണമില്ല'

തുടങ്ങിയ പഴഞ്ചൊല്ലുകൾ അവയുടെ ബാഹ്യമായ അർത്ഥം മാത്രം നോക്കിയാൽ നിരർത്ഥകങ്ങളാണ്. അവയുടെ വ്യംഗ്യാർത്ഥത്തിലേക്കു കടക്കുമ്പോൾ മാത്രമാണ് അവ അർത്ഥപൂർണ്ണമാകുന്നത്.

അസഭ്യതയും അശ്ലീലവും നിറഞ്ഞവയായി തോന്നുന്നവയാണ് ചില പഴമൊഴികൾ. കഴിവില്ലെങ്കിലും എങ്ങനെയെങ്കിലും പേരും പ്രശസ്തിയും നേടുവാൻ ശ്രമിക്കുന്നവരെപ്പറ്റി പറയുമ്പോൾ 'വാതുക്കൽ തൂറീറ്റും പേരു കേൾക്കുക'യാണ് ചെയ്യുന്നതെന്ന് പറയാറുണ്ട്. 'തൂറാത്തോൻ തൂറുമ്പം തീട്ടംകൊണ്ടാറാട്ട്' എന്ന പഴമൊഴി ഒന്നും ചെയ്യാതിരുന്നവർ കാര്യമായി പ്രവർത്തിക്കുവാൻ തുടങ്ങുന്നതിനെപ്പറ്റി പറയുന്ന സന്ദർഭത്തിൽ പ്രയോഗിക്കാറുള്ളതാണ്. 'ആരാന്റൂരേലെ തീട്ടം കണ്ടിട്ട് നായീന പോറ്റാറുണ്ടോ' എന്ന പഴമൊഴിയാവട്ടെ അന്യന്റെ മുതൽക്കണ്ടിട്ടു പ്രവർത്തിക്കുവാൻ ആരംഭിക്കരുതെന്ന ഉപദേശം ഉൾക്കൊള്ളുന്നു. ഈ വടക്കൻ പഴമൊഴിക്കു സമാനമായി 'ആരാന്റെ വയറ്റിൽ അമേദ്ധ്യം കണ്ട് പട്ടിയെ വളർത്തരുത്.' എന്ന ഒരു പഴമൊഴി തെക്കൻപ്രദേശങ്ങളിൽ നിലവിലുണ്ട്. 'തീട്ടം തിന്നുന്ന പട്ടിക്ക് ഊളിന്റെ മണമറിയില്ല' എന്നൊരു പഴമൊഴി കോട്ടയം പ്രദേശങ്ങളിൽ നിലവിലുണ്ട്. നല്ലതും ചീത്തയും തിരിച്ചറിയുവാൻ കഴിയാത്തവരെപ്പറ്റിയുള്ള വിമർശനമാണത്. 'തൂറാൻ മുട്ടുമ്പം പാള പെരുതീറ്റു കാര്യമുണ്ടോ' എന്ന ചൊല്ല് വടക്കൻ കേരളത്തിലുള്ളതാണ്. ആവശ്യം വരുമ്പോൾ തിടുക്കപ്പെട്ടിട്ടു കാര്യമില്ലെന്നാണ് അതിലെ വ്യംഗ്യാർത്ഥം. 'തൂറിയോനെ പേറിയാൽ പേറിയോൻ നാറും.' ചൊല്ല് കോലത്തുനാട്ടിലെ സംസാര ഭാഷയിൽ സാധാരണമായി പ്രയോഗിക്കാറുള്ളതാണ്. ചീത്ത വ്യക്തികളെ സഹായിച്ചാൽ സഹായിച്ചവന് ദോഷം വരുമെന്ന ഉപദേശം അത് നല്കുന്നു. 'നായാട്ടു മുറുകുമ്പോൾ നായയ്ക്ക് മുള്ളാൻ മുട്ടും.' എന്ന പഴമൊഴി തെക്കൻ ജില്ലകളിൽ പ്രാചുര്യത്തിലുള്ളതാണ്. ആവശ്യം വരുമ്പോൾ ഒഴിഞ്ഞു മാറുന്നവരെക്കുറിച്ചു പറയുമ്പോഴാണ് ഇത് പ്രയോഗിക്കുക. 'പണ്ടുകഴിഞ്ഞതും പടയിൽ തൂറിയതും പറയണ്ട' എന്ന വടക്കൻ മൊഴിക്ക് പണ്ടുകഴിഞ്ഞ സംഭവങ്ങൾ എടുത്തു പറയേണ്ടതില്ലെന്നു വ്യക്തമാക്കുവാനാണ് പ്രയോഗിക്കുന്നത്. ഇത്തരം പഴഞ്ചൊല്ലുകൾ പ്രഥമ ശ്രവണത്തിൽ അസഭ്യമായി തോന്നാമെങ്കിലും അവയിലൂടെ പ്രകാശിക്കുന്ന ആശയം വിലപ്പെട്ടവയാണ്.

3.3 അമ്മായിപ്പഴമ

അമ്മായിമാരിൽ നല്ല സ്വഭാവമുള്ളവർ എത്രയോ ഉണ്ടെങ്കിലും അധികാരനാട്യത്തിന്റെയും അഹങ്കാരത്തിന്റെയും പ്രതീകമായി ആ പദം സങ്കല്പിക്കപ്പെടാറുണ്ട്. അമ്മായിപ്പോരും കപട തന്ത്രങ്ങളും അനേകം നാടോടിക്കഥകളിലും പാട്ടുകളിലും ആഖ്യാനം ചെയ്യപ്പെട്ടിട്ടുള്ളത് അതിനൊരു ഹേതുവാണ്. മയക്കം, മറിമായം, മോഷണം, നാരദക്രിയ, പുരയുടെ അസ്തിവാരമിളക്കൽ എന്നീ ഛിദ്രസ്വഭാവങ്ങളെ 'അമ്മായിപ്പഞ്ചതന്ത്ര'മെന്നാണ് വിശേഷിപ്പിച്ചിട്ടുള്ളത്.

അമ്മായി എന്ന ശബ്ദം അനാദരവിനെ സൂചിപ്പിക്കുന്ന സന്ദർഭങ്ങൾ കുറവല്ല. തെറിശ്ലോകങ്ങളെ അമ്മായിശ്ലോകം എന്നു പറയും.

'അമ്മായിയമ്മേന കല്ലിന്മേൽ വെച്ചിട്ട്
മറ്റൊരു കല്ലോണ്ട് നാരായണ'

എന്ന വാക്യം പലപ്പോഴും പാടിക്കേൾക്കാറുള്ള ഒരു നിരർത്ഥക ഗാനമാണ്. ചക്കയിലെ ചകിണിയിലോ നല്ല ചുളയിലോ പെടാത്ത ചെറിയ ചുളകളെ 'അമ്മായിച്ചുള' എന്ന് വടക്കൻ കേരളത്തിൽ പ്രാദേശികമായി വ്യവഹരിക്കാറുണ്ട്.

നിരർത്ഥകമായ ചില ചടങ്ങുകളെ അമ്മായിച്ചടങ്ങ് എന്നു പറയും. ചില കർമ്മങ്ങൾക്കും അടിയന്തിരങ്ങൾക്കും ഗൃഹത്തിലെ പ്രായമുള്ള സ്ത്രീ ചെയ്യേണ്ട ചില ഉപചാരങ്ങളുണ്ട്. അതിഥികളായി വരുന്ന സ്ത്രീകളെ കുറിതൊടുവിക്കുക, ചില പ്രത്യേക സന്ദർഭങ്ങളിൽ കുരുതി ഉഴിഞ്ഞു കളയുക, തലയിൽ അരിയിട്ട് അനുഗ്രഹിക്കുക, സദ്യക്കു ചില പ്രത്യേക പദാർത്ഥങ്ങൾ വിളമ്പുക തുടങ്ങിയ ചില ചടങ്ങുകളാണവ. 'അമ്മായി' എന്ന പദംകൊണ്ട് ഭവനത്തിലെ അധികാരപ്പെട്ട സ്ത്രീ എന്നേ ഇവിടെ അർത്ഥമെടുക്കേണ്ടതുള്ളൂ.

പ്രാക്തന വിശ്വാസങ്ങളിൽ അധിഷ്ഠിതമായ ചൊല്ലുകളെ 'അമ്മായിപ്പഴമ' എന്നു പറയും. അവയിൽ നല്ലൊരുഭാഗം അന്ധവിശ്വാസങ്ങളാണെന്നാണ് പലരും കരുതുന്നത്. അവയെ 'അമ്മായിപ്പഴമ' എന്നു വിശേഷിപ്പിക്കുന്നത് ആ പദത്തിന്റെ അർത്ഥച്യുതിയെയാണ് സൂചിപ്പിക്കുന്നത്. സാമാന്യജനങ്ങൾക്കിടയിൽ പ്രാചുര്യത്തിലുള്ള അത്തരം മൊഴികളിൽ അടങ്ങിയ വിജ്ഞാനത്തെക്കുറിച്ചുള്ള പഠനം (Superstation lore) നാടോടിവിജ്ഞാനീയത്തിന്റെ ഭാഗമായി നിർവ്വഹിക്കാവുന്നതാണ്. 'അമ്മായിപ്പഴമ'യെ 'വൃദ്ധകളുടെ വിജ്ഞാന'മായി കരുതുന്നവരുണ്ട്.

'ഉമ്മറപ്പടിമേൽ ഇരിക്കരുത്.'
'കിണ്ടിയുടെ വാല് തെക്കോട്ടു തിരിച്ചുവെക്കരുത്.'
'നാക്കിലയുടെ നാക്ക് തെക്കോട്ടു തിരിച്ചുവെക്കരുത്'
'കൈയിൽ ഉപ്പുകൊടുക്കരുത്.'
'കടുക് കടം കൊടുക്കരുത്.'
'മാവിന്റെയും മുരിക്കിന്റെയും വിറകുകൾ ഒപ്പം കത്തിക്കരുത്.'
'കിണറ്റിൽ വെള്ളമൊഴിക്കരുത്.'
'പഴുതാരയെ കണ്ടാൽ വെള്ളമൊഴിച്ചു കൊടുക്കണം.'
'അമ്മിമേൽ ഇരിക്കരുത്.'
'തലയിണ ചവിട്ടരുത്.'

എന്നിങ്ങനെയുള്ളവയാണ് അമ്മായിപ്പഴമകൾ. ഇത്തരം മൊഴികളിൽ നല്ലൊരുഭാഗം വിലക്കു (Taboo)കളാണ്. പല അരുതായ്മകളെയും അവ

ചൂണ്ടിക്കാട്ടുന്നു. സാന്മാർഗ്ഗികവും മതപരവുമായ വിശ്വാസപ്രമാണങ്ങൾ ഒരതിർത്തിയോളം അമ്മായിപ്പഴമകൾക്കു പിന്നിലുണ്ടെങ്കിലും അവയിൽ പലതും പ്രഥമ ശ്രവണത്തിൽ അസംബന്ധങ്ങളായിട്ടാണ് തോന്നുക.

3.4 മാന്ത്രികവാക്യങ്ങൾ

മന്ത്രവാദം പാരമ്പര്യവഴിക്കു കുലത്തൊഴിലാക്കിയ സമുദായക്കാർ മന്ത്രവാദകർമ്മങ്ങൾക്ക് പലതരത്തിലുള്ള മാന്ത്രിക വാക്യങ്ങൾ ഉച്ചരിക്കാറ് പതിവുണ്ടായിരുന്നു. താളാത്മക സൗന്ദര്യം അവയ്ക്കുണ്ടെങ്കിലും, അർത്ഥചിന്തയിൽ കടക്കുമ്പോൾ പലതും അസംബന്ധമായി തോന്നാം. മാന്ത്രികവിദ്യ 'അക്ഷരശക്തി, ശബ്ദശക്തി എന്നിവയാൽ മനശ്ശക്തിയെ പ്രബുദ്ധീകരിച്ച് ഉദ്ദിഷ്ടകാര്യ സിദ്ധി വരുത്തുന്ന ഒരു വിശിഷ്ടകലയാണെ' (26:15)ന്ന പക്ഷക്കാരുമുണ്ട്. അതെന്തായാലും പല മാന്ത്രിക വാക്യങ്ങളും യുക്തിരഹിതങ്ങളായി തോന്നിക്കുന്നവയാണ്.

'ഓം കാരൊടി കാരൊടി
ചെറുകാരൊടി കാരൊടി
ചെറുത്തോന മറുത്തു തകർത്തു
തല്ലിപ്പിരിഞ്ഞു പോക സ്വാഹാ'

(പരസ്പരം പിരിഞ്ഞു പോകുവാൻ)

'ഓം ഒന്നാം കടൽ രണ്ടാം കടൽ
മൂന്നാം കടൽ നാലാം കടൽ
അഞ്ചാം കടൽ ആറാം കടൽ
ഏഴാം കടൽ എട്ടാം കടൽ
ഒമ്പതാം കടൽ പത്താം കടൽ
ചെന്താമരയുടെ ചപ്പും തണ്ടും
അലിഞ്ഞാരപ്പോലെ
അലിഞ്ഞിറങ്ങിപോക സ്വാഹാ'

(കുട്ടികൾക്കു താമരയ്ക്കു വെണ്ണ മന്ത്രിക്കുവാൻ)

'ഓം ചന്ദ്രൻ മുഖമടങ്ങി
ഇന്ദ്രൻ മുഖമടങ്ങി
ഇറെയവൻ മുഖമടങ്ങി
രാജമുഖ മടങ്ങി
മന്ത്രിമുഖ മടങ്ങി
എന്റെ മുഖം
പുലിമുഖമായിരിക്ക

മാറ്റാന്റെ മുഖം
പശുമുഖമായിരിക്ക സ്വാഹാ'

(രാജവശ്യം)

എന്നിങ്ങനെയുള്ള മാന്ത്രികവാക്യങ്ങൾ പരിശോധിച്ചാൽ അതു വ്യക്തമാകും.

3.5 മൊഴികൾ പലതരം

നാടൻപാരമ്പര്യത്തിൽ, കേൾക്കുമ്പോൾ നിരർത്ഥകങ്ങളെന്നും അസംബന്ധങ്ങളെന്നും തോന്നിക്കുന്ന പലതരം മൊഴികളുണ്ട്. അടക്കമൊഴികൾ, പ്രാർത്ഥനാ മൊഴികൾ തുടങ്ങിയവ എടുത്തുപറയത്തക്കവയാണ്. വടക്കൻ കേരളത്തിൽ മീനപ്പൂരത്തിനു വനിതകൾ പൂക്കൾകൊണ്ട് കാമദേവന്റെ രൂപമുണ്ടാക്കി, പൂജിച്ച്, ഒടുവിൽ അതെല്ലാം വാരിയെടുത്ത് വെളിയിൽ പാലുള്ള വൃക്ഷത്തിന്റെ ചുവട്ടിൽ കൊണ്ടിടും. 'കാമനെ അയക്കൽ' എന്നാണ് ഈ ചടങ്ങിനു പേർ പറയുക. കാമനാരെ യാത്രയാക്കുമ്പോൾ വനിതകൾ അടക്കം പറയും.

'നേരത്തെ കാലത്തേ പോണേകാമാ
കല്ലിലെ മുള്ളിലേ പോലേകാമാ
പട്ടറാറാട്ടിനു പോലെകാമാ
കുഞ്ഞാങ്ങലത്താറാട്ടിനു പോണേകാമാ
എനിയത്തെ കൊല്ലോം വരണേകാമാ
നേരത്തെ കാലത്തെ എത്തണേ കാമാ'

എന്നിങ്ങനെയാണ് അടക്കമൊഴിയുടെ സ്വഭാവം.

മുൻകാലങ്ങളിൽ ഗർഭശുശ്രൂഷകൾ നടത്തി. 'കുട്ടികളെ എടുക്കുന്നത് മലയി, പുള്ളുവത്തി തുടങ്ങിയ നാടൻ പേറ്റിച്ചികളാണ്. നവജാത ശിശുക്കളെ ചെന്തെങ്ങിളന്നീർ ആടി കുളിപ്പിക്കും. അപ്പോൾ പേറ്റിച്ചികൾ മൊഴിയുന്നത്

'ഊഴിവാഴ്ക നീ മകനേ നഗരം വാഴ്ക
ഭീമന്റെ ശക്തിയുണ്ടാകേണം
അർജ്ജുനന്റെ തപസ്സുണ്ടാകേണം
കാക്കാച്ചിയുടെ ആയുസ്സുണ്ടാകേണം
ഉറുമ്പിന്റെ ബലമുണ്ടാവേണം
ബ്രഹ്മാവിന്റെ ബുദ്ധിയുണ്ടാവേണം
ആരെടാ എന്നു പറയുമ്പോ
ഞാനെടാ എന്നു പറയണം.'

എന്നിങ്ങനെയുള്ള വാക്യ(36:163) ങ്ങളാണ്.

കളികൾക്കു പാടുന്നതോ അല്ലാത്തതോ ആയ ചില നാടൻപാട്ടുക ളുടെ ഒടുവിൽ അടക്കംവെക്കൽ എന്നൊരു പതിവുണ്ട്. പാട്ട്/കളി വായ്ത്താരിവട്ടത്തിൽ അവസാനിപ്പിക്കുന്നതാണത്.

'തൈ തകിത തില്ലതൈ തൈതാം
തൈ തൈ തൈ തൈതാം
തത്തിത്തകധിധി തിത്തിതൈ'
'തികിതത്ത തികിതയ്യം
തിത്തക തോന്തക തിന്തക തൈ'

എന്നിങ്ങനെയുള്ള വായ്ത്താരികൾ കോൽക്കളിപ്പാട്ടുകളുടെ അന്ത്യ ത്തിൽ മൊഴിയാറുണ്ട്.

'തിന്തക തിത്തൈ തകതക തിത്തൈ
തിന്തക തിത്തൈ തകതക തിത്തൈ'

എന്ന വായ്ത്താരി കാളിയാട്ടപ്പാട്ടിന്റെ അന്ത്യത്തിലുള്ളതാണ്. ചില പാട്ടുകൾ വായ്ത്താരിയോടു കൂടിയാണ് ആരംഭിക്കുന്നത്.

'തൈ തിത്തൈ തിത്തിത്തൈ തൈ തൈ താ
തൈ തിത്തൈ തിത്തിതൈ തിത്തി തൈ ത തൈത
തെയ്യോ തത്ത തെയ്യുമതത്താ
തെയ്യുമതത്തോ തത്തത്ത'

എന്ന വായ്ത്താരി പടയണിയിലെ 'കുതിരപ്പാട്ട്' ആരംഭിക്കുന്നതിനു മുമ്പ് മൊഴിയാറുള്ളതാണ്.

'തതിന്തത്താം തതിന്തത്താം തതിന്തത്താം
തതക തകതോം തതകതകതോം തകതതകതോം'

എന്നിങ്ങനെ, വെടിക്കെട്ടുപോലെ നീണ്ട ഒരു വായ്ത്താരി (താള മൊഴി) ഗണകരുടെ കാലൻതുള്ളൽപ്പാട്ടിന്റെ തുടക്കത്തിൽ കാണാം. താള സൂചനകളാണ് ഈ വായ്ത്താരികൾ.

ഗ്രാമീണ ജീവിതത്തിൽ തികച്ചും അസംബന്ധമെന്നു പറയാവുന്ന ചില സങ്കല്പങ്ങൾ വെച്ചുപുലർത്തുന്നതായി കാണാം. അത്തരം സങ്ക ല്പങ്ങൾ പലതും രസകരങ്ങളാണ്. വെയിലിനെയും മഴയെയും സംബ ന്ധിച്ച ചില സങ്കല്പങ്ങളും മൊഴികളുമുണ്ട്. മഴയുടെ ശക്തികുറയുന്ന കാലങ്ങളിൽ ചിലപ്പോൾ വെയിലുണ്ടായിരിക്കെ മഴപെയ്യാറുണ്ട്. വെയിലും മഴയും ഒപ്പമുണ്ടാകുന്ന ആ അസാധാരണസന്ദർഭം കുട്ടി കൾക്കു ആർത്തുരസിക്കുവാനുള്ള അവസരമാണ്.

'വെയിലും മഴയും
അണ്ണാക്കൊട്ടന്റെ പിറന്നാള്
കാക്കേരെ ചാത്ത
കുറുക്കന്റെ മങ്ങലം.'

എന്നിങ്ങനെ കുട്ടികൾ മാത്രമല്ല, പ്രായമുള്ളവരും അപ്പോൾ മൊഴിയാറുണ്ട്. വടക്കൻ കേരളത്തിലെ വ്യവഹാരഭാഷാപദമായ 'അണ്ണാക്കൊട്ടൻ' അണ്ണാരക്കണ്ണനല്ലാതെ മറ്റേതുമല്ല.

പഴുത്ത മാങ്ങയുള്ള കാലങ്ങളിൽ കുട്ടികൾ മാവിൻ ചുവട്ടിൽ കൽക്കഷണങ്ങൾകൊണ്ട് മാങ്കൂട് ഉണ്ടാക്കുകയും അണ്ണാനോട് മാങ്ങയിട്ടുതരുവാൻ ആവശ്യപ്പെടുകയും ചെയ്യുക പതിവായിരുന്നു.

'കാട്ടാ കൊട്ടാ കൊട്ടച്ചാ
മാങ്ങാത്തോല് കടംതരുവോ
കാരിച്ചിക്കാക്കേ കരിങ്കണ്ണി
വേനല് വർഷമുള്ളത് അറിയില്ലേ'

എന്നിങ്ങനെ താളാത്മകമായി മൊഴിയും

കുട്ടികൾ പഴുത്തമാങ്ങ കിട്ടിയാൽ, അതിന്റെ മൂക്ക് (കണ്ണിയുടെ ഭാഗം) നുള്ളി അണ്ണാന്റെ നേർക്കു എറിഞ്ഞ് വീണ്ടും മാങ്ങയിട്ടു തരുവാൻ ആവശ്യപ്പെടുകയും മാങ്ങവീണില്ലെങ്കിൽ കുട്ടികൾ മാഞ്ചുവട്ടിൽ തീകൂട്ടി അണ്ണാനെ ചുടുന്ന സങ്കല്പത്തിൽ അഭിനയിക്കുകയും പതിവുണ്ടായിരുന്നു.

"മാവേ മാവേ മാമ്പൂക്കണ്ണൻ
മാമ്പൂക്കണ്ണന്റച്ഛൻ കണ്ണൻ
അച്ഛൻ കണ്ണൻ ചത്തിനിപ്പോലും
ഒരുകുല മാങ്ങീം ഒരു കുല ചക്കീം
അയിലേ ഈലേ പോന്ന
കന്യാക്കുഞ്ഞളെ തലക്കിട്ടുടച്ചേ'

എന്നിങ്ങനെ കുട്ടികൾ മാവിനോട് മൊഴിയുമായിരുന്നു.

3.6 നാടൻ ഗദ്യാഖ്യാനങ്ങളിൽ

പുരാവൃത്തങ്ങളും ഐതിഹ്യങ്ങളും നാടൻകഥകളും പദ്യരൂപത്തിൽ ആഖ്യാനം ചെയ്യപ്പെട്ടിട്ടുണ്ടെങ്കിലും അവ പൊതുവെ ഗദ്യാഖ്യാനങ്ങളായിട്ടാണ് പരിഗണിച്ചു കാണുന്നത്. ഇവ മൂന്നും പരസ്പരം ബന്ധപ്പെട്ടവയാണ്. നാടൻ പുരാവൃത്തം, ഐതിഹ്യം എന്നിവയെ നാടോടിക്കഥകളുടെ ഭാഗമായിട്ടാണ് പലരും കരുതി വന്നിരുന്നത്. യക്ഷിക്കഥകൾ തുടങ്ങിയവയിൽ അമാനുഷവും അലൗകികവുമായ ഘടകങ്ങൾ കാണുന്നതു

കൊണ്ടാകാം ആ ചിന്തയ്ക്കു വഴിയൊരുക്കിയത്. പില്ക്കാലത്ത് ആ ധാരണയിൽ മാറ്റം സംഭവിച്ചിട്ടുണ്ട്.

പുരാവൃത്തം, ഐതിഹ്യം, നാടൻ കഥ എന്നിവ 'ഗദ്യാഖ്യാന'മെന്ന പൊതുശീർഷകത്തിൽ കൊണ്ടിടുന്നത് ചില സൗകര്യങ്ങൾ പ്രമാണിച്ചു മാത്രമാണ്. യഥാർത്ഥത്തിൽ ഇവ മൂന്നും ഒരേ സ്വഭാവമുള്ളവയല്ല. കഥകൾ കാല്പനിക സൃഷ്ടികളും യാഥാർത്ഥ്യത്തിൽനിന്നു അകന്നവയുമാണ്. പുരാവൃത്തവും ഐതിഹ്യവും യഥാർത്ഥവസ്തുതകൾ അടങ്ങുന്നവയാണെന്നാണ് വില്യം ആർ ബാസ്കം അഭിപ്രായപ്പെടുന്നത്. യക്ഷിക്കഥ, മാന്ത്രികകഥ എന്നിവയിലുള്ള അലൗകികഘടകങ്ങൾ കല്പിതങ്ങൾ മാത്രമാണെന്നാണ് അദ്ദേഹം പറയുന്നത്. ഐതിഹ്യങ്ങളേക്കാൾ പുരാവൃത്തങ്ങളും പുരാവൃത്തങ്ങളേക്കാൾ കല്പിതകഥ (നാടൻകഥ) കളുമാണ് യാഥാർത്ഥ്യത്തിൽനിന്ന് അകന്നവയെന്നതിനാൽ, അസംബന്ധ കല്പന കൂടുതൽ പ്രത്യക്ഷപ്പെടുന്നത് നാടൻകഥകളിലാണ്.

മാനവസംസ്കാരവുമായി ബന്ധമുള്ളവയാണ് പുരാവൃത്തങ്ങൾ. അതുകൊണ്ട് അതിനു നിയതമായ ഒരു മൂല്യമുണ്ട്. എന്നാൽ, അവയെ യഥാർത്ഥ സംഭവങ്ങളുടെ ആഖ്യാനമായി പരിഗണിക്കുന്നില്ല. പുരാവൃത്തപരമായ ഒരു സംഭവമെന്നത്, അത് അസംഭവ്യമെന്നു പറയുന്നതിനു തുല്യമാണെന്നാണ് ലെവിസ്ട്രോസ് പറയുന്നത്. 'മിഥ്യാ ബോധമുളവാക്കുന്ന ചരിത്രം - ഭൂതകാലത്തെക്കുറിച്ചുള്ള ഒരു കഥ' എന്നിങ്ങനെയാണ് അദ്ദേഹം പുരാവൃത്തത്തെ വിശേഷിപ്പിക്കുന്നത്. പുരാവൃത്തങ്ങൾ 'പവിത്രകഥ'കളാണെന്നാണ് മലിനോവ്സ്കി തുടങ്ങിയവരുടെ പക്ഷം. മതവിശ്വാസങ്ങളാണ് അവയ്ക്കു പവിത്രകഥയുടെ പരിവേഷം നല്കുന്നത്. പുരാവൃത്തങ്ങളുടെ ലോകം ഒരു നാടകീയ ലോകമാണ്. യാഥാർത്ഥ്യങ്ങൾ പ്രതീകാത്മകമായിട്ടാണ് അവയിൽ ആവിഷ്കരിക്കപ്പെടുന്നത്. അലൗകിക പരിവേഷം യാഥാർത്ഥ്യങ്ങളെ മറച്ചുപിടിക്കുന്നു. ഇത്തരം കാര്യങ്ങൾ കൊണ്ടാണ് പുരാവൃത്തങ്ങളുടെ പൊരുൾ മനസ്സിലാക്കുവാൻ കഴിയാതെ പോകുന്നത്.

ഐതിഹ്യമെന്നതുകൊണ്ട് പണ്ട് കഴിഞ്ഞ കഥകളെന്നാണ് അർത്ഥമാക്കുന്നത്. 'വസ്തുതകളിൽ അധിഷ്ഠിതമായ കഥകളുടെ ഒരുവിധം പഴക്കമുള്ള വിഭാഗത്തിൽപ്പെടുന്നതാണ് ഐതിഹ്യങ്ങൾ (7:10). എന്നാൽ അവയുടെ യാഥാർത്ഥ്യത്തെ സംബന്ധിച്ച് പലരും സംശയിക്കുന്നു. അത്ഭുതകഥകളും പ്രേതകഥകളും വേതാളകഥകളും യക്ഷിക്കഥകളുമൊക്കെ ഐതിഹ്യമെന്ന പേരിൽ പ്രാചുര്യത്തിൽ വരുന്നതുകൊണ്ടായിരിക്കണമത്. മലയാളത്തിൽ മന്ത്രവാദികൾ, വൈദ്യന്മാർ എന്നിവരെയും ചില ആനകളെയും സംബന്ധിച്ച ഐതിഹ്യങ്ങൾ പലതും വിശ്വസിക്കുവാൻ പ്രയാസമായിത്തോന്നാം. തുഞ്ചൻ, കുഞ്ചൻ, ചെറുശ്ശേരി തുടങ്ങിയവരെ സംബന്ധിച്ചുള്ള ഐതിഹ്യങ്ങൾപോലും അലൗകിക പരിവേഷം കൊണ്ട് അവിശ്വസനീയങ്ങളായിത്തീർന്നിരിക്കുകയാണ്.

കെട്ടുകഥകൾ, മാന്ത്രികകഥകൾ, യക്ഷിക്കഥകൾ, സദാചാരകഥ

കൾ, സദുപദേശകഥകൾ എന്നിങ്ങനെ നാടോടിക്കഥകളിൽ വിവിധയിനം കഥകൾ കാണുവാൻ കഴിയും. ജനഹൃദയങ്ങളെ സ്വാധീനിക്കുവാൻ അവയ്ക്കു കഴിഞ്ഞിട്ടുണ്ട്. യക്ഷൻ, യക്ഷി, ഗന്ധർവ്വൻ, രാക്ഷസൻ, ഭൂതങ്ങൾ, പിശാചുക്കൾ, നാഗങ്ങൾ തുടങ്ങിയ അമാനുഷഘടകങ്ങൾ നാടൻകഥകളിൽ കഥാപാത്രങ്ങളായി പ്രത്യക്ഷപ്പെടുന്നത് സാധാരണമാണ്. കുട്ടികൾക്കുള്ള പല കഥകളിലും മൃഗങ്ങൾ, പക്ഷികൾ, പാമ്പുകൾ തുടങ്ങിയ തിര്യക്കുകൾ കഥാപാത്രങ്ങളായിരിക്കും. ചില കഥകളിൽ അവയോടൊപ്പം മനുഷ്യകഥാപാത്രങ്ങളും കാണും. മനുഷ്യരെപ്പോലെ പെരുമാറുകയും സംസാരിക്കുകയും ചെയ്യുന്ന തിര്യക്കുകൾക്കു മാനുഷികമായ എല്ലാ വികാരങ്ങളും ഉള്ളതായി ആഖ്യാനം ചെയ്യപ്പെട്ടിരിക്കുന്നു. ഹിതോപദേശകഥകൾ, പഞ്ചതന്ത്രകഥകൾ, ഈസോപ്പുകഥകൾ തുടങ്ങിയവയിലെല്ലാം തിര്യക്കുകൾ കഥാപാത്രങ്ങളായി വരുന്നു. യുക്തിസഹമാണ് ഇവയെന്നു കരുതുവാൻ ന്യായമില്ല.

ഇതിഹാസപുരാണങ്ങളുടെ അപഭ്രംശങ്ങൾ

ഇതിഹാസ പുരാണകഥാ ഭാഗങ്ങളെ അവലംബിച്ചുള്ള ചെറുതും വലുതുമായ പാട്ടുകൾ നാടൻ പാരമ്പര്യത്തിൽ ഒട്ടനേകമുണ്ട്. വംശീയ പാട്ടുകൾ, അനുഷ്ഠാനപ്പാട്ടുകൾ, വിനോദപ്പാട്ടുകൾ, തൊഴിൽപ്പാട്ടുകൾ എന്നീ നാടൻപാട്ടു 'ഗണ'ങ്ങളിലെല്ലാം അത്തരം ഗാനങ്ങൾ കാണാം. അവയിൽ രണ്ടു പ്രകാരമുള്ള ആവിഷ്കരണരീതികളാണുള്ളത്. ഇതിഹാസ പുരാണ കഥാഭാഗങ്ങളെ കഥാഗതിക്കു വലിയ മാറ്റമില്ലാതെ ആഖ്യാനം ചെയ്യുന്നതാണ് അവയിലൊന്ന്. കഥാഗതിയിലും കഥാപാത്രസ്വഭാവങ്ങളിലും സ്ഥലകാലങ്ങളിലും കാര്യമായ വ്യതിയാനങ്ങൾ വരുത്തിക്കൊണ്ടുള്ള ആഖ്യാനമാണ് മറ്റൊന്ന്. ആദ്യം പറഞ്ഞ രീതിയിലാണ് കൃതികൾ കൂടുതൽ ഉണ്ടായിട്ടുള്ളതെങ്കിലും രണ്ടാമത്തെ ശാഖയിലും എടുത്തു പറയാവുന്ന ചില കൃതികൾ കാണാവുന്നതാണ്. മൗലികകൃതി (ഇതിവൃത്തം)കളുടെ അപഭ്രംശ(Correception) രൂപങ്ങളായ അത്തരം രചനകൾ മലയാളത്തിൽ കുറച്ചെങ്കിലുമുണ്ട്.

4.1 നിഴൽക്കുത്തുപാട്ട്

*മഹാഭാരത*കഥകളുടെ പശ്ചാത്തലത്തിൽ 'നിഴൽക്കുത്ത്' എന്നൊരു അപഭ്രംശകഥയ്ക്ക് മലയാളത്തിൽ വളരെ പ്രാചുര്യമുണ്ടായിട്ടുണ്ട്. പാണ്ഡവരെ നശിപ്പിക്കുവാൻ നിഴൽക്കുത്ത് എന്ന ആഭിചാരകർമ്മം ചെയ്യണമെന്ന് ദുര്യോധനൻ ഒരു കുറവനോട് ആജ്ഞാപിച്ചു. അതിൽനിന്നു ഒഴിഞ്ഞു മാറുവാൻ അവൻ ശ്രമിച്ചപ്പോൾ ദുര്യോധനൻ ദുർമ്മന്ത്രവാദിയെ വധിക്കുവാനൊരുങ്ങി. ഒടുവിൽ കുറവൻ നിഴൽക്കുത്തി പാണ്ഡവരെ മോഹിപ്പിച്ചു. കാര്യം മനസ്സിലാക്കിയ കുറത്തി മന്ത്രം ചൊല്ലി നിഴൽക്കുത്ത് എന്ന ആഭിചാരം മാറ്റുകയും പാണ്ഡവർ എഴുന്നേല്ക്കു

കയും ചെയ്തുവെന്നാണ്' നിഴൽക്കുത്തുപാട്ടിലെ പുരാവൃത്തം.

നിഴൽക്കുത്തുകഥ വിവിധ സമുദായങ്ങൾക്കിടയിൽ നിലവിലുണ്ട്. കുറവൻ, കുറത്തി എന്നീ പേരുകൾക്കു പകരം ഭാരതപ്പെരുമലയൻ, പെരുമലയി, ഭാരതവേലൻ, വേലത്തി എന്നീ പേരുകളാണ് ചില പാട്ടുകളിൽ പ്രയോഗിച്ചിട്ടുള്ളത്.

ദക്ഷിണ കേരളത്തിലെ വേലന്മാർക്കിടയിലുള്ള മന്ത്രവാദപ്പാട്ടുകളിൽ നിഴൽക്കുത്തുപാട്ട് (32: 106-124) പ്രധാനമാണ്.

"ശക്തരാകിയ പാണ്ഡുപുത്രരെ
കൊല്ലുവാൻ കഴിവുണ്ടു കേൾ
ഉഗ്രമേറിയ വടമലക്കതി-
ശക്തനാകിയ മലയനെ
ശക്തനാകിയ പഞ്ചഭാരത-
മലയനാരെ വരുത്തുകിൽ
നിഗ്രഹിക്കും പാണ്ഡുപുത്രരെ
മാത്രകൊണ്ടവനന്തികേ"

എന്ന ശകുനിയുടെ വാക്കനുസരിച്ച്, ദുര്യോധനൻ ഭാരതമലയനെ വരുത്തുകയും പാണ്ഡവരെ കൊന്നാൽ അർദ്ധരാജ്യം പോലും തരുമെന്നു വാഗ്ദാനം ചെയ്യുകയും ചെയ്തു.

"ഭേദമില്ലേ നൂറു മഞ്ചമെ
നിക്കു തമ്പുരാനായത്
ഞാനൊരുത്തരെ വഞ്ചനപോൽ
ചെയ്കയില്ലെ നിർണ്ണയം"

എന്ന് അവൻ അറിയിച്ചപ്പോൾ, വാളെടുത്ത് അവന്റെ തല കൊയ്യുവാൻ തന്നെ ദുര്യോധനൻ തീരുമാനിച്ചു. ഭീതി പൂണ്ട മലയൻ ഒടുവിൽ സമ്മതിച്ചു. പുതുക്കലത്തിലെ കുരുതിയിൽ പാണ്ഡവരുടെയും കുന്തിയുടെയും പാഞ്ചാലിയുടെയും നിഴൽ കാണുകയും നിഴലിനു അമ്പു കുത്തി നിഴൽക്കുത്ത് എന്ന കർമ്മം നടത്തുകയും അങ്ങനെ പാണ്ഡവർ മയങ്ങിക്കിടക്കുകയും ചെയ്തു. കുന്തീദേവിയും പാഞ്ചാലിയും നിദ്രയിൽ നിന്നുണർന്നപോലെ ഉണർന്നിരുന്ന് വിലപിക്കുവാൻ തുടങ്ങി. വിവരമറിഞ്ഞ ഭാരതപ്പെരുമലയി മലയനിൽനിന്നും കാര്യമെല്ലാം ചോദിച്ചറിഞ്ഞു.

"ചാകുവാൻ നിഴൽ കുത്തിയില്ലെടി
ചെന്നു തോറ്റുക നീയിനി"

എന്നു മലയൻ പറഞ്ഞതുകേട്ടു മലയിചെന്ന് ക്ഷുദ്രദോഷം നീക്കി പാണ്ഡവരെ തോറ്റിയെടുത്തുവെന്നാണ് പുരാവൃത്തം.

കോലത്തുനാട്ടിലെ പുലയർ കുറത്തിത്തെയ്യത്തിനു പാടിവരുന്ന

'കുറത്തിത്തോറ്റ'ത്തിലും (30: 40–44) നിഴൽക്കുത്ത് കഥ ആഖ്യാനം ചെയ്യുന്നുണ്ട്. കൗരവരും പാണ്ഡവരും പരസ്പരം കലഹിക്കുന്നതിന്റെ വർണ്ണനയോടുകൂടിയാണ് പുലയരുടെ കുറത്തിത്തോറ്റം ആരംഭിക്കുന്നത്.

"പീരക്ക പടയെറിഞ്ഞോ
പാണ്ഡവരൈമക്കള്
നാരങ്ങാ പടയെറിഞ്ഞോ
നൂറ്റവർ നൂറും കൂട"

എന്നിങ്ങനെ അസംബന്ധകല്പനകൾ നിറഞ്ഞതാണ് ആ വർണ്ണന. പീരക്കയും നാരങ്ങയും പരസ്പരമെറിഞ്ഞു യുദ്ധം തുടങ്ങിയപ്പോൾ പാണ്ഡവരെറിഞ്ഞ പീരക്കയെല്ലാം നൂറ്റവരും നൂറ്റവരെറിഞ്ഞ നാരങ്ങയെല്ലാം പാണ്ഡവരും വാരിക്കെട്ടി. ആ കലഹത്തിൽ കൗരവർക്കു പരാജയമാണ് സംഭവിച്ചത്. മാരണം വെച്ച് പാണ്ഡവരെ നശിപ്പിക്കണമെന്നായി നൂറ്റവരുടെ ആലോചന. മലങ്കുറവനെ വരുത്തി ക്ഷുദ്രപ്രയോഗത്തിലൂടെ പാണ്ഡവരെ വീഴ്ത്തുവാൻ അവർ ആവശ്യപ്പെട്ടു. എന്നാൽ,

"നൂറ്റവർ തമ്പുരാനും
അടിയന് തമ്പുരാന്
പാണ്ഡവരൈമക്കളും
അടിയനു തമ്പുരാന്
എങ്ങനെ ഞാനത്
മാരണം വെക്കേണ്ടത്"

എന്നാണ് മലങ്കുറവൻ പറഞ്ഞത്. പാണ്ഡവർക്കു മാരണം വെച്ചില്ലെങ്കിൽ തന്റെ മലയിൽ വസിക്കരുതെന്നാണ് കൗരവർ ആജ്ഞാപിച്ചത്. അങ്ങനെ മലങ്കുറവൻ ക്ഷുദ്രകർമ്മം ചെയ്യുവാൻ നിർബ്ബന്ധിതനായി. പാണ്ഡവർ തലയോടു തലയടിച്ചു വീണു കിടന്നു.

പിറ്റന്നാൾ രാവിലെ മലങ്കുറത്തി ഈ കാഴ്ച കണ്ടു. മലങ്കുറവൻ ചെയ്ത ക്രൂരകൃത്യമാണതെന്നു അവൾക്കു മനസ്സിലായി. അവൾ കുളിച്ചു തറ്റുടുത്ത് മടിനിറയെ മരുന്നുമായി വന്നു. കുറത്തി പാലപ്പലകയിൽ ചക്രമിട്ട് കുറവനെ കുറിച്ചുവെച്ചു. അവൾ മാന്ത്രിക ചക്രം വരച്ചു. പാന 'പിടിയും മന്ത്രവാദവും' എന്ന കർമ്മം ചെയ്ത് ക്ഷുദ്രദോഷം കണ്ടെത്തി. പരിഹാരം ചെയ്തു. കോലത്തുനാട്ടിലെ മലയർ കണ്ണേർപാട്ട് തുടങ്ങിയ മന്ത്രവാദ കർമ്മങ്ങൾക്കു നിഴൽക്കൂത്തുപാട്ട് പാടാറുണ്ട്.

4.2 പെണ്ണിരക്കൽക്കളിപ്പാട്ട്

ആതിരാഘോഷം, ഓണാഘോഷം, വിവാഹാഘോഷം തുടങ്ങിയ സന്ദർഭങ്ങളിൽ അവതരിപ്പിക്കാറുള്ള വിനോദമാണ് 'പെണ്ണിരക്കൽക്കളി! ഉത്തര കേരളത്തിൽ അതിനു പെണ്ണിനത്തരുവോകളി എന്ന പേർ പറയും.

കൗരവ പാണ്ഡവ മത്സരത്തിന്റെ ഒരു പ്രതിരൂപമായിട്ടാണ് ഈ കളിയുടെ അവതരണം. വനിതകൾ രണ്ടു അണികളായി മുഖത്തോടുമുഖം തിരിഞ്ഞു നില്ക്കും. കൗരവപക്ഷവും പാണ്ഡവപക്ഷവുമാണെന്നാണ് സങ്കല്പം. പാണ്ഡവരെ പ്രതിനിധീകരിക്കുന്ന സംഘത്തിന്റെ മദ്ധ്യത്തിൽ ഒരു പെൺകുട്ടിയുമുണ്ടാവും.

"ഒരു കോര്യാപൊന്നു തരാം
പെണ്ണിനെത്തരുവോ പാണ്ഡവരേ"

എന്നു പാടിക്കൊണ്ട് കൗരവരെ പ്രതിനിധീകരിക്കുന്ന സംഘം മുന്നോട്ടു നീങ്ങുമ്പോൾ എതിർസംഘം പിറകോട്ടു മാറും. പാണ്ഡവരെ പ്രതിനിധീകരിക്കുന്ന ആ സംഘം പിന്നീട്

"ഒരു കോര്യാപ്പൊന്നും വേണ്ടാ
പെണ്ണിനത്തരില്ലാ നൂറ്റവരെ"

എന്നു മറുത്തുപാടിക്കൊണ്ട് മുന്നോട്ടുനീങ്ങുകയും അപ്പോൾ ആദ്യസംഘം പിറകോട്ടു തന്നെ നീങ്ങുകയും ചെയ്യും. പാട്ടിലെ സംഖ്യാ സൂചകപദം മാറ്റിമാറ്റി പത്തുപ്രാവശ്യം പാട്ടുപാടി കളി ആവർത്തിക്കും. അപ്പോഴേക്കും പാട്ടിന്റെയും കളിയുടെയും താളം മുറുകും.

"അടുക്കളേൽ കേറും ചട്ടിക്കലം പൊളിക്കും
ഇപ്പം പിടിക്കും പെണ്ണിനെ"

എന്ന് ആദ്യസംഘവും

"അടുക്കളേൽക്കേറില്ല ചട്ടിക്കലം പൊളിക്കില്ല
ഇപ്പം പിടിക്കൂല പെണ്ണിനെ"

എന്ന് എതിർസംഘവും പാടി, വിനോദരൂപത്തിൽ പിടിയും വലിയും നടത്തി കളി അവസാനിപ്പിക്കും. കുരു - പാണ്ഡവ മത്സരകഥയുടെ അസംബന്ധമോ അനുചിതമോ ആയ ഒരു അപഭ്രംശമാണ് ഈ കളിയും പാട്ടുമെന്ന് വ്യക്തമാണ്.

4.3. മാവാരതം പാട്ട്

മഹാഭാരതകഥയുടെ അപഭ്രംശരൂപങ്ങളിൽ മുഖ്യമായതാണ് 'മാവാരതം പാട്ട്'. കേരളത്തിൽ നാനാഭാഗങ്ങളിലും പാഠഭേദങ്ങളോടെ അത് നിലവിലുണ്ട്. സി പി ഗോവിന്ദപ്പിള്ള (*മലയാളത്തിലെ പഴയപാട്ടുകൾ* എന്ന ഗ്രന്ഥത്തിൽ)യും ഡോ. ചേലനാട് അച്യുതമേനോനും മാവാരതം പാട്ടിന്റെ പാഠഭേദങ്ങൾ പ്രസിദ്ധീകരിച്ചിട്ടുണ്ട്. *ഒറിയന്റൽ റിസർച്ച് ജേണലിന്റെ* (മദിരാശി) ഒരുവാർഷികപ്പതിപ്പിൽ ചേർത്തുകാണുന്ന മാവാരതം പാട്ടിന്റെ ഇതിവൃത്തം പരിശോധിക്കാം.

കുരുനാടെന്നും കരുനാടെന്നും രണ്ടു നാടുകളുണ്ടെന്നും കാന്താരി കുരുനാട്ടിലെയും കുഞ്ചുതേവി കരുനാട്ടിലെയും റാണിമാരാണെന്നും അതിൽ പ്രസ്താവിച്ചുകാണുന്നു. പാണ്ഡവന്മാരുടെ അമ്മയാണ് കുഞ്ചുതേവി. ഭീമനെ അതിൽ ഇളയവനായിട്ടാണ് വിശേഷിപ്പിച്ചിട്ടുള്ളത്. ഭീമനെ നശിപ്പിക്കുവാൻ കാന്താരി പല ശ്രമങ്ങളും നടത്തി. പാമ്പിനെ അടക്കം ചെയ്ത ഓടക്കുഴൽ ഭീമനു കൊടുത്തതും പാമ്പിന്റെ കടിയേറ്റ് ഭീമൻ നിലംപതിച്ചതും മുഖ്യ സംഭവമാണ്. ഭീമന്റെ ശരീരം വഞ്ചിയിലാക്കി നദിയിൽ ഒഴുക്കുകയാണ് ചെയ്തത്. ആ വഞ്ചി നാഗപുരത്താണ് എത്തിച്ചേർന്നത്. നാഗകന്നി വഞ്ചി തുറന്നുനോക്കിയപ്പോൾ വിഷമേറ്റ ഭീമനെ കണ്ടു. അവൾ കുഴലൂതി വീരത്താൽ സർപ്പത്തെ വരുത്തി വിഷം കൊത്തിയെടുപ്പിച്ചു. പിതാവിന്റെ സമ്മതത്തോടെ നാഗകന്നി ഭീമനെ വിവാഹം കഴിക്കുന്നു.

അരക്കില്ലത്തിനു തീവെച്ച ആപത്തു നീക്കുവാൻ ഭീമൻ അവിടെ നിന്നു പുറപ്പെടുമ്പോൾ പുത്രന് എന്തു മുതലാണ് കൊടുത്തതെന്ന് നാഗകന്നി ചോദിക്കാതിരുന്നില്ല. തന്റെ അച്ഛൻ തന്ന പതിനാല് ആനയുടെ ബലത്തിൽ ഏഴാനയുടെ ബലം കൊടുത്തിട്ടുണ്ടെന്നും താൻ തിരിച്ചുവരുമെന്നും പറഞ്ഞുകൊണ്ടാണ് ഭീമൻ അവിടെ നിന്നുമിറങ്ങിയത്. ഗംഗക്കരയിലെത്തിയപ്പോൾ നാഗകന്നിയുടെ ആ കുഞ്ഞ് അവിടെ എത്തിയിരിക്കുകയാണ്. അരക്കില്ലം തച്ചുകൊടുക്കുവാൻ ആ മകനെയാണ് അയച്ചത്.

പാണ്ഡവരും മാതാവും അരക്കില്ലത്തിൽ വെന്തുമരിച്ചുവെന്നു കരുതിയ കുരുനാട്ടിലെ കാന്താരി മരിച്ചവരുടെ അടിയന്തരം നടത്തുന്നുവെന്ന് അറിയിച്ചു. പാണ്ഡവർ പിച്ചക്കാരികളുടെ വേഷം ധരിച്ചാണ് ചെന്നത്. കാന്താരി പാമ്പിൻ നെയ്യ് ചേർത്ത് അവർക്കുചോറുകൊടുത്തുവെങ്കിലും അവർ അത് കഴിക്കാതെ കരുനാട്ടിലേക്കു മടങ്ങി.

കുരുനാട്ടിലെ അമ്മ കാന്താരി തനിക്ക് അസുഖമാണെന്നും,

"കുഞ്ചുദേവിപെറ്റ മക്കളും അഞ്ചും
കണ്ണിൽ ജീവനത്തോടെ കാണണമെങ്കിൽ
വേഗം വിരവോടു വരണ"

മെന്നുള്ള കല്പന ചുതുവൻ മുഖേന പാണ്ഡവരെ അറിയിച്ചു. അതുപ്രകാരം അഞ്ചുപേരും 'കന്നിവിരുന്നു'ണ്ണാൻ പോകുന്നു. പാണ്ഡവർ പോകുന്ന വഴിക്കു മദമേറ്റിയ ചെമ്മരിമുണ്ടനെന്ന ആടിനെയും മദയാനയെയും നിറുത്തിയിട്ടുണ്ട്. ഭീമൻ അവയെക്കൊന്ന് രാജധാനിയിലെത്തി. കാന്താരി പാണ്ഡവരെ സല്ക്കരിച്ചു. തേക്കുന്ന എണ്ണയിലും ഭക്ഷണത്തിലുമൊക്കെ വിഷം കലർത്തിയിരുന്നുവെങ്കിലും അവയിൽ നിന്നെല്ലാം സമർത്ഥമായി അവർ രക്ഷപ്പെട്ടു. രാത്രിയിൽ അവർ കിടക്കുന്ന അഞ്ച് അകങ്ങളിലും തോഴിമാരെ അയച്ചു. ഭീമസേനന്റെ മുറിയിൽ പാഞ്ചാലി എന്ന തോഴിയാണ് ചെന്നത്. ഉറങ്ങിപ്പോയാൽ തോഴി

മാർ കൊല്ലുമെന്ന കാര്യം അവളാണ് ഭീമനോട് പറഞ്ഞത്. ഈ വിവരം ഭീമൻ സഹോദരന്മാരെ അറിയിച്ചു. ഭീമൻ രഹസ്യമായി ആയുധം ധരിച്ചിരുന്ന ആ നാലുതോഴിമാരുടെയും കഴുത്തറുത്തു. അവരെ അന്വേഷിച്ചുവന്ന കാന്താരിയോട് അവരെ കൊന്ന വിവരം അറിയിച്ചത് ഭീമൻ തന്നെയാണ്. പാഞ്ചാലി എന്ന തോഴിയെയും കൂട്ടി പാണ്ഡവർ അമ്മയുടെ അടുത്തേക്കു മടങ്ങി.

പാഞ്ചാലന്റെ മകളുടെ സ്വയംവര വാർത്ത വഴിപോക്കത്തികളിൽ നിന്നറിഞ്ഞ പാണ്ഡവർ അവിടേക്കു യാത്ര പുറപ്പെട്ടു. ഒരു നദിക്കരയിൽ വെച്ച് നാഗഗന്ധർവ്വനുമായി ഏറ്റുമുട്ടേണ്ടിവന്നു. സഹോദരന്മാരെയും അമ്മയെയുമെടുത്തു കൊണ്ട് ഭീമൻ നദി കടന്നു. അമ്മയെ ഒരു വേളനാരുടെ ഗൃഹത്തിലാണ് താമസിപ്പിച്ചത്. കന്നിയെ ലഭിക്കണമെങ്കിൽ പല പരീക്ഷണങ്ങളിലും ജയിക്കണം. പകിടകളിയിൽ കന്നിയെ തോല്പിച്ചു.

"എന്ത്രപുള്ളും കുഞ്ഞതും ഉണ്ട്
എന്ത്രപുള്ളിനേയും കുഞ്ഞിനേയും
എയ്തു കൊന്നുടനെ അടിയറവച്ചാൽ
കന്നിയെ മാല തരുവാൻ മോശമില്ല"

എന്ന് കേട്ട് അതും ചെയ്തു. ധാന്യശാലയിൽ കൂടിക്കലർന്ന നാലുതരം വിത്തുകളെ വേർതിരിക്കുകയെന്ന പരീക്ഷയിൽ ശ്രീകൃഷ്ണന്റെ സഹായത്തോടെ എറുമ്പുകളെ വരുത്തിയാണ് ജയിച്ചത്. കടലിൽ എറിയപ്പെട്ട രാജമോതിരമെടുക്കുകയെന്നതാണ് അടുത്ത പരീക്ഷ. ശ്രീകൃഷ്ണന്റെയും ദുർഗ്ഗയുടെയും സഹായത്താൽ അതിലും വിജയിച്ചു. മദയാനയെ തളയ്ക്കുകയെന്ന കൃത്യവും ചെയ്തു. അങ്ങനെ ആ കന്നിയെ മാലയിട്ടു സ്വീകരിച്ചു. വനവാസകാലത്ത് പാണ്ഡവർ പാഞ്ചാലപുരത്തു തന്നെ വസിച്ചു. പ്രഖ്യാതകഥയിൽനിന്നും എത്രമാത്രം വ്യതിചലനങ്ങൾ സംഭവിച്ചതാണ് ഈ 'മാവാരതം പാട്ടി'ലെ ഇതിവൃത്തമെന്ന് ഇനി പറഞ്ഞറിയിക്കേണ്ട ആവശ്യമില്ല.

4.4 മാവാരതം ചാക്കാട് പാട്ട്

പാലക്കാട് ജില്ലയിലെ പറയസമുദായക്കാർക്കിടയിൽ 'ചാക്കാട് പാട്ട്' എന്ന നിലയിൽ ഒരു മാവാരതം പാട്ട് പ്രാചുര്യത്തിലുണ്ട്. പരേതക്രിയയുടെ ഭാഗമായാണ് പ്രസ്തുത പാട്ട് അവതരിപ്പിക്കാറുള്ളത്. ഗണപന്തവന്ദന, ഗുരുവന്ദന എന്നിവയോടെയാണ് പാട്ട് ആരംഭിക്കുന്നത്. പറയരുടെ വംശഗുരുവായ പാക്കനാരെ പ്രത്യേകം വന്ദിക്കുന്നുണ്ട്.

ചെന്താമര ചെറുകടലിലെ പനച്ചുവട്ടിൽ സഹോദരീസഹോദരന്മാരായി രണ്ടുകുട്ടികൾ പ്രത്യക്ഷപ്പെടുകയും അതിൽ കന്യകയെ ആദിത്യനാര് വിവാഹം കഴിക്കുകയും സന്താനമില്ലാത്ത ആ കന്യകയ്ക്ക് വിധിവരത്തപ്പന്റെ അനുഗ്രഹത്താൽ രണ്ടുകുട്ടികളെ ലഭിക്കുകയും അവർക്കു പാണ്ടു, പാണ്ടുരൂപൻ എന്നിങ്ങനെ പേർ വിളിക്കയും അവരിൽ മൂത്ത

ആൾ അമ്മായിയുടെ മക്കളിൽ ഇളയ ദേവിയെയും അനുജൻ മൂത്ത ദേവിയെയും കല്യാണം കഴിക്കുകയും ചെയ്തതായി പ്രസ്തുത പാട്ടിന്റെ ആരംഭത്തിൽ ആഖ്യാനം ചെയ്തു കാണുന്നു. *മഹാഭാരതകഥ*യിലെ കുന്തീദേവിയും ഗാന്ധാരിയുമാണ് അവരെന്നു പിന്നീട് വ്യക്തമാകും.

ഗർഭവതികളായ ആ ദേവിമാർക്കു ഒരു ചക്ക മുറിച്ചുകൊടുത്തപ്പോൾ ജ്യേഷ്ഠത്തിയായ കാന്താരി മുഴുവൻ ഭക്ഷിച്ചു. അനുജത്തിയായ കുന്തിയാകട്ടെ, ചക്ക പഴുപ്പിച്ച് ധർമ്മം ചെയ്തു. കുന്തീദേവി ഭീമനെ പ്രസവിച്ചു. അതോടെ കാന്താരിയുടെ അസൂയ വർദ്ധിച്ചു. ആ കുട്ടിയെ വെച്ചുകൊണ്ടിരുന്നാൽ നാശമുണ്ടാകുമെന്നും പത്തായത്തിലാക്കി ഒഴുക്കണമെന്നും കാന്താരി ഉപദേശിച്ചു. അതനുസരിച്ച് ഭീമനെ നദിയിൽ ഒഴുക്കിയെങ്കിലും ഒരു പട്ടത്ത്യാർ അവനെ കണ്ടെത്തി രക്ഷിച്ചു.

ഐവരും നൂറ്റവരും കുളത്തിൽ ചാടുവാൻ തീരുമാനിച്ചപ്പോൾ ഭീമൻ വെറ്റിലയും അടക്കയും ചുണ്ണാമ്പും രഹസ്യമായി എടുത്തുകൊണ്ടാണ് വെള്ളത്തിൽ ചാടിയത്. കുറച്ചുനേരം കഴിഞ്ഞപ്പോൾ ഭീമനെ കാണാനില്ല. വെള്ളത്തിൽ ചുവപ്പു നിറം കണ്ട് ഭീമൻ മുടിഞ്ഞുപോയെന്നു നൂറ്റവർ കരുതി. പിന്നീട് സ്വത്തും മുതലും ഭാഗം ചെയ്തെടുക്കുന്നതിന്റെ പേരിൽ നിരവധി സാഹസകൃത്യങ്ങൾ ഭീമനെക്കൊണ്ടു ചെയ്യിച്ചു. ഒടുവിൽ ഐവരെ കാട്ടിലേക്കയച്ചു. കാട്ടിലുള്ള സഞ്ചാരത്തിനിടയിൽ ഉടുമനെ കൊല്ലുകയും ഉടുമൻനാട്ടിൽ ഭീമൻ കൃഷി നടത്തുകയും ചെയ്തു.

നാടുവാഴുന്ന അരയൻ ഭീമനെ സഹായത്തിനു ആവശ്യപ്പെട്ടു. കുടത്തിൽ മൂർഖനെ പിടിച്ചുകൂട്ടി. ഉപ്പിനുവേണ്ടി കുടം തുറക്കുമ്പോൾ ഭീമന്റെ കൈക്ക് മൂർഖൻ കടിച്ചു. പത്തായത്തിലാക്കി ഭീമനെ പുഴയിലൊഴുക്കി. പട്ടത്തിപെണ്ണാളാണ് പത്തായം കണ്ടെത്തി ഭീമന്റെ വിഷമിറക്കിയത്. അരക്കില്ലത്തിൽനിന്നും ഐവരും മക്കളും രക്ഷപ്പെടുന്നതും പാട്ടിൽ പറയുന്നുണ്ട്. മാവാരതംകഥയ്ക്കു ഇത്രയും അപഭ്രംശം സംഭവിച്ചിട്ടുള്ള ഒരു പാഠം വേറെ ഉണ്ടെന്നു തോന്നുന്നില്ല.

4.5 പാണ്ഡവർ തോറ്റവും ഭീമൻ കഥയും

പാനത്തോറ്റത്തിന്റെ മാതൃകയിൽ രചിക്കപ്പെട്ട പഴയൊരു കൃതിയാണ് *പാണ്ഡവർതോറ്റം* പാണ്ഡവരുടെ ഉല്പത്തികഥയത്രെ അതിലെ പ്രതിപാദ്യം. സൂതികയായ കുന്തിയെ ഭയപ്പെടുത്തി അഗ്നിപ്രവേശം ചെയ്യിക്കുവാൻ ഗാന്ധാരി ശ്രമിച്ചതായി അതിൽ പ്രസ്താവിക്കുന്നു.

മഹാഭാരത കഥാഭാഗത്തിന്റെ അപഭ്രംശമാണ് 'ഭീമൻകഥപ്പാട്ട്' ഹിഡിംബ വധവും ബകവധവും തോണിക്കടത്തുകഥയുമാണ് ഇതിലെ മുഖ്യ പ്രതിപാദ്യം. അജ്ഞാതവാസക്കാലത്ത് പാണ്ഡവരും കുന്തീദേവിയും യാത്ര ചെയ്യുമ്പോൾ ഒരു പുഴകടക്കുവാൻ തോണിക്കാരനു കടത്തുകൂലി കൊടുക്കുവാൻ കൈയിൽ പണമില്ലാതെ വന്നതിനാൽ, ഭീമനെ തോണിക്കാരനു പണയം വയ്ക്കേണ്ടതായി വന്നു. അങ്ങനെ, ഭീമൻ ആ

തോണിക്കാരന്റെ പരിചാരകനായിത്തീർന്നു. കടത്തുകാരൻ തന്റെ ഭാര്യയെ ശുശ്രൂഷിക്കുവാൻ ഭീമനെ നിയോഗിച്ചു.

"നിത്യം കുളിപ്പതിനുള്ള വെള്ളം
കാച്ചേണമെന്നു പറഞ്ഞു
... .
അഗ്നിയും കത്തിച്ചു നന്നായ് വെള്ളം
കാഞ്ഞു തിളച്ചു തുടങ്ങി
പോരിക വേഗം കുളിപ്പാൻ വിന
നാഴിക തെറ്റരുതൊട്ടും
....
എന്നു പറഞ്ഞുടൻ ഭീമൻ വേഗം
കാൽക്കരം കൂട്ടിപ്പിടിച്ചു. മെല്ലെയവിടുന്നെടുത്തു തിള
വെള്ളത്തിലിട്ടു മറിച്ചു."

എന്നിങ്ങനെ (22:636) വളരെ സരസമായാണ് അതിന്റെ ആഖ്യാന രീതി. സ്ത്രീകൾ പാടിക്കളിക്കുവാൻ ഭീമൻകഥപ്പാട്ട് ഉപയോഗിക്കാറുണ്ട്.

"ഇങ്ങിനെ ചൊല്ലി കളിക്കു-ന്നോർക്കു
മംഗലം വന്നങ്ങു കൂടും
പുത്രരും സമ്പത്തും വന്നു കൂടും
മിത്രത്തോടൊന്നിച്ചു വാഴാം."

എന്നിങ്ങനെ പാട്ടിന്റെ അന്ത്യത്തിലുള്ള ഫലശ്രുതി അതാണ് സൂചിപ്പിക്കുന്നത്.

'പുത്തൻഭാരത ഭീമൻകഥ' എന്നൊരു പാട്ടുകൂടി പ്രാചുര്യത്തിലുണ്ട്. പാണ്ഡവകൗരവന്മാരുടെ ഉല്പത്തിയും പാണ്ഡവന്മാരെ നശിപ്പിക്കാനുള്ള ഗാന്ധാരിയുടെ ശ്രമങ്ങളും അതിൽ സംക്ഷിപ്തമായി ആഖ്യാനം ചെയ്യുന്നു.

"പാണ്ഡവന്മാർ തൻ ചരിത മിദ
മുണ്ടൊരു മാതിരിയായി
ഭാരതം തന്നിലില്ലാത്ത കഥ
യാണിതെന്നങ്ങറിയേണം
ഭാരതത്തിലിടമല്ല പഴേ
മാ ഭാരതം കഥയത്രെ"

എന്ന് പ്രസ്തുത കൃതിയിൽ കാണുന്നഭാഗം ശ്രദ്ധേയമാണ്. ഭാരതത്തിലില്ലാത്ത കഥയാണിതെന്ന പ്രസ്താവന ഇതൊരു അപഭ്രംശ കൃതിയാണെന്നു ബലപ്പെടുത്തുന്നു. 'മാവാരത'ത്തിന്റെ ഒരു സംക്ഷേപ രൂപമാണിതെന്നു കൂടി ഇതിൽ സൂചന കാണം.

4.6 നാഗത്തോറ്റം

തെയ്യംപാടി നമ്പ്യാന്മാർ നാഗപ്പാട്ടു നടത്തുമ്പോൾ പാടാറുള്ള നാഗത്തോറ്റം (36: 61, 62) പ്രഖ്യാതമായ ഇതിഹാസ കഥയാണെന്നു തോന്നാമെങ്കിലും അത് ഒരു അപഭ്രംശ കഥയാണ്. നാഗരാജാവ് വാദ്യഘോഷത്തോടുകൂടി ദേവേന്ദ്രനെ കാണുവാൻ ചെല്ലുകയും അനപത്യനാണെന്ന കാരണത്താൽ സ്വർഗ്ഗത്തിൽ പ്രവേശനം നിഷേധിക്കുകയും ചെയ്തു.

കുറച്ചുനാളുകൾക്കു ശേഷം നാഗരാജാവും നാഗേശ്വരിയും ചെമ്പരുന്തിന്റെ രൂപം ധരിച്ച് തീർത്ഥാടനത്തിനിറങ്ങി. തീർത്ഥമാടി മടങ്ങവേ നാഗസങ്കേതമായ വെള്ളിയാംപെരുമലയിൽ പൈദാഹം തീർക്കുവാൻ ഇറങ്ങി. അപ്പോഴേക്കും നാഗേശ്വരിക്ക് പ്രസവകാലമടുത്തു. നാഗരാജാവ് പരമേശ്വരനെ ചെന്നു കാണുകയും വിശ്വകർമ്മാവിനെ നാഗരാജാവോടൊപ്പം പറഞ്ഞയയ്ക്കുകയും ചെയ്തു. ശില്പികൾ ചന്ദനക്കാട്ടിൽ ചെല്ലുകയും നാഗരാജാവ് മന്ത്രശക്തിയാൽ ചന്ദനമരത്തിലെ യക്ഷിയെ അകറ്റുകയും ചെയ്തു. “ഇതിനെക്കൊണ്ടൊരു ഫലമില്ലാതെ പോകട്ടെ” എന്ന് ആ ദേവത ശപിച്ചു. ശില്പികൾ ചിത്രകൂടം നിർമ്മിക്കുകയും നാഗേശ്വരി അതിനുള്ളിൽ പതിന്നാലു മുട്ടകളിടുകയും ചെയ്തു. പൈദാഹശാന്തിക്കായി അവർ ഗംഗക്കരയിൽ ചെന്ന സന്ദർഭത്തിൽ, നായാട്ടിന്നിറങ്ങിയ പരീക്ഷിത്ത് രാജാവ് ആ വഴിക്കു വരികയും മുട്ടകൾ ഉടച്ചുകളയുകയും ചെയ്തു. പക്ഷേ, അതിലൊന്ന് വിരിഞ്ഞ് കുഞ്ഞായിരുന്നതിനാൽ മാളത്തിലൊളിച്ചു രക്ഷപ്പെട്ടു. ദുഃഖിതരായ മാതാപിതാക്കളെ ആ സർപ്പക്കുഞ്ഞ് ആശ്വസിപ്പിച്ചു. പരീക്ഷിത്തിനെ ഏഴാം ദിവസം കടിച്ചുകൊല്ലുമെന്ന് അവൻ ശപഥം ചെയ്തു. നാഗതക്ഷകൻ പരീക്ഷിത്തിനോട് പകരം വീട്ടാനിറങ്ങി. നാഗതക്ഷകനും പരീക്ഷിത്തിനെ രക്ഷിക്കുവാൻ പോകുന്ന വിഷഹാരിയും തമ്മിൽ ബല പരീക്ഷ നടന്നു. പരീക്ഷിത്ത് ഭ്രൂണഹത്യ ചെയ്തവനാണെന്നറിഞ്ഞ വിഷഹാരി വിഷമോചനത്തിനു ചെന്നില്ല. നാഗതക്ഷകൻ വിളാമ്പഴത്തിനുള്ളിൽ ഒരു ചെന്തളിർ പുഴുവായിരുന്നു. സമുദ്രമദ്ധ്യത്തിലുള്ള രാജധാനിയുടെ നേർക്കു ആ പഴം ചെന്നു. അത് വിഷത്തിനു നല്ലതാകയാൽ എടുത്ത് പവിഴത്തൂണിൽ കൊട്ടിയുടപ്പാൻ തുനിഞ്ഞു. അപ്പോൾ കൈ വഴുതി നിലത്തുവീണ് പൊട്ടിപ്പിളർന്ന് മൂക്കിന്മേൽ കടിച്ച് നാഗതക്ഷകൻ പകവീട്ടി.

4.7 സീതാദുഃഖം പാട്ട്

രാമായണകഥാഭാഗങ്ങളെ അടിസ്ഥാനമാക്കിയും അപഭ്രംശകൃതികൾ ഉണ്ടായിട്ടുണ്ട്. *സീതാദുഃഖം കിളിപ്പാട്ട്* അത്തരത്തിലുള്ള ഒരു കൃതിയാണ്. ‘വാല്മീകിയുടെ ഉത്തരരാമായണത്തിലുള്ള സീതാ നിർവാസഘട്ടത്തിലെ ഇതിവൃത്തത്തെ വികൃതരീതിയിൽ രൂപാന്തരപ്പെടുത്തി നിർമ്മിച്ച’താണ് (22: 215) പ്രസ്തുത കൃതി. അമ്മമാരുടെ നിർബ്ബന്ധപ്രകാരം സീത രാവണന്റെ പടം വരച്ചതിന്റെ ഫലമായി സീതയെ വനവാ

സത്തിന്നയച്ചതായി അതിൽ പറയുന്നു. ഈ ഇതിവൃത്തം തന്നെ ഒരു കല്യാണപ്പാട്ടായും ആഖ്യാനം ചെയ്യപ്പെട്ടിട്ടുണ്ട്.

4.8 കന്നൽപ്പാട്ട്

ദേവാസുരന്മാരുടെ ഉല്പത്തിയും പരസ്പരം നടത്തിയ യുദ്ധവും പുരാണാദികളിൽ വർണ്ണിക്കുന്നുണ്ടല്ലോ. ദേവാസുരപുരാവൃത്തത്തിന്റെ ഒരു അപഭ്രംശമെന്നു വിശേഷിപ്പിക്കാവുന്ന ഒരുപാട്ട് കോലത്തുനാട്ടിലെ വണ്ണാന്മാർ പാടുന്ന കെന്ത്രോൻപാട്ടുകളിൽ അടങ്ങുന്നു. അതിനെ കന്നൽപ്പാട്ട് (41: 67–142) എന്നാണ് പേർ പറയാറുള്ളത്. അണിയൂർ കല്യാണിപെറ്റ് അറുപത്തി മുക്കോടി അസുരകളും ഉണിയൂർ പെരും ദേവി പെറ്റ് പന്ത്രണ്ട് ദേവമക്കളും ഉണ്ടായി. അസുരകളിൽ ഇളയവനെ പ്രസവിച്ച ഉടനെ അണിയൂർ കല്യാണി മരണപ്പെട്ടു. അർജ്ജുനപുരത്തേക്കാണ് അസുരമക്കൾ ചെന്നത്. അവർ പെരും ദേവി (മണിമുടി ദേവി)യോടു വലതുമുലപ്പാൽ തരണമെന്നു അപേക്ഷിച്ചു. വലമുലപ്പാൽ കുടിക്കുവാൻ സ്വന്തം മക്കളായ ദേവമക്കൾ ഉള്ളതിനാൽ ഇടമുലപ്പാൽ തരാമെന്നാണ് ആ ഇളയമ്മ പറഞ്ഞത്. അസുരമക്കൾക്ക് അത് ഇഷ്ടമായില്ല. അതിന്റെ പേരിൽ അസുരമക്കൾ ദേവന്മാരുമായി വഴക്കായി. വഴക്കുതീർക്കുവാൻ അവർ നായാട്ടിനിറങ്ങി. തുമ്പുകോരിയും തൂപ്പൊടിച്ചുമുള്ളതാണ് നായാട്ട്. അതിൽ അസുരമക്കൾക്കു നാശമാണ് സംഭവിച്ചത്. അസുരമക്കളിൽ ഒരുവൻ മാത്രമേ ശേഷിച്ചുള്ളൂ. പെറ്റമ്മയുടെ നിർദ്ദേശപ്രകാരം ദേവന്മാർ അവനെ ചൂതുവനാക്കി.

അസുരന്മാരുടെ ശവമെല്ലാം വൻമാരിപെയ്ത് സമുദ്രത്തിലേക്കൊഴുകി. ഗോദാവരിപ്പശുവിനെയും ദേവബ്രാഹ്മണരെയും വരുത്തി ദേവന്മാർ അസുരഭൂമി ശുദ്ധീകരിച്ചു. അവർ അവിടെ ദേവക്കോട്ട നിർമ്മിച്ചു. പന്ത്രണ്ടു ദേവന്മാരുടെയും വിവാഹം കഴിഞ്ഞിട്ടില്ല. വേളി തേടി ചൂതുവനെയാണ് പറഞ്ഞയച്ചത്. അവൻ കനകരാജാവിന്റെ രാജധാനിയിലാണ് കന്യകമാരെ കണ്ടെത്തിയത്. അങ്ങനെ ദേവന്മാരുടെ വിവാഹം നടന്നു.

ദേവന്മാരുടെ കുടുംബത്തിൽ പെൺ സന്തതിയില്ലെന്നൊരു കുറവുണ്ട്. ദേവന്മാർ പെറ്റമ്മയായ മണിമുടിദേവിയെ അർജ്ജുനപുരത്തുനിന്നു ദേവക്കോട്ടയിലേക്കു വരുത്തി. കാര്യമുണർത്തിച്ചു. തനിക്കിനി സന്താനമുണ്ടാകണമെന്ന് ആ അമ്മ മോഹിച്ചില്ല. പക്ഷേ, മക്കളുടെ നിർബ്ബന്ധപ്രകാരം മണിമുടിദേവി സന്തതിവരത്തിനായി കരിയൂരപ്പന്റെ മതിലകത്തേക്കുചെന്നു. അങ്ങനെ, വരപ്രസാദം ലഭിക്കുകയും മണിമുടിദേവി ഗർഭം ധരിക്കുകയും ചെയ്യുന്നു. പ്രസവിക്കേണ്ട സമയമായപ്പോൾ ചൂതുവനാണ് വയറ്റാട്ടിയെ അന്വേഷിച്ചു പോയത്. മണിമുടിയമ്മയ്ക്ക് ഒരു പെൺകുഞ്ഞ് പിറന്നു. നാടയ്യാൾ എന്നു പേരുവിളിച്ചു അവളെ വളർത്തി. ഒൻപതാം വയസ്സിൽ പെൺകുട്ടികൾ പൂരവ്രതം അനുഷ്ഠിക്കുക പതിവാണ്. ചങ്ങാതിമാരെപ്പോലെ നാടയ്യാളും പൂരം അനുഷ്ഠിച്ചു. ഉത്സവച്ചടങ്ങുകളെല്ലാം കഴിഞ്ഞാണ് അവൾ ഉറങ്ങിയത്. പിറ്റേന്നാൾ ഉണർന്നെ

ഴുന്നേല്ക്കുവാൻ അവൾ വൈകിപ്പോയി. അരിശം വന്ന മണിമുടിയമ്മ മകളെ ഒന്നടിച്ചു. അമ്മയോടു പരിഭവിച്ച് നാടയ്യാൾ അവിടെ നിന്നിറങ്ങി. തനിക്കു പ്രത്യേകമൊരു കോട്ട പണിതുതരുവാൻ അവൾ സഹോദരന്മാരോടു ആവശ്യപ്പെട്ടു. അങ്ങനെ, അവൾ വാണാട്ടുകോട്ടയിൽ താമസമായി. നാടയ്യാളെപ്പറ്റി കേട്ടറിഞ്ഞ വിഷ്ണുഭഗവാൻ വാണാട്ടുകോട്ടയിൽ വന്നുചേരുകയും അവളെ വിവാഹം കഴിച്ച് തേരിലേറി വിഷ്ണുലോകത്തേക്കു പോവുകയും ചെയ്തു.

കന്നൽപ്പാട്ട് കേവലമൊരു കെട്ടുകഥയാണെന്നു പ്രത്യേകിച്ചു പറയേണ്ടതില്ല. ദേവാസുരന്മാരെക്കുറിച്ചുള്ള അതിലെ പരാമർശം പുരാണാന്തർഗതമായ ഭാഗങ്ങളൊന്നുമല്ല, ഇത് ഗ്രാമീണമായൊരു പുരാവൃത്താഖ്യാനമാണ്. പ്രാക്തനകാലത്തെ സാമൂഹിക ജീവിതം ആചാരാനുഷ്ഠാനങ്ങൾ തുടങ്ങിയവയെക്കുറിച്ച് പലതും ഗ്രഹിക്കുവാൻ ഇതിലൂടെ കഴിയും.

അസംബന്ധകല്പനകൾ കലകളിൽ

കലാ നിർവ്വഹണങ്ങൾ ജനജീവിതത്തിന്റെ മുഖ്യമായൊരു ഘടകമാണ്. വാമനചരിത്രത്തോളം കലകൾക്കും പഴക്കമുണ്ട്. പ്രാകൃതകലകളുടെ വികസിത പരിണാമരൂപങ്ങളാണ് ശാസ്ത്രീയകലകൾ. മനുഷ്യരുടെ പ്രവർത്തനങ്ങൾ മുഴുവൻ യുക്തിഭദ്രവും അർത്ഥപൂർണ്ണവും ശിക്ഷിതവും സുചിന്തിതവുമാണെന്നു അവകാശപ്പെട്ടുകൂടാ. കലാപ്രവർത്തനങ്ങളെ സംബന്ധിച്ചും ഇതു തന്നെയാണ് പറയാനുള്ളത്. പ്രഥമദൃഷ്ട്യാ ഔചിത്യക്കുറവുതോന്നിക്കുന്ന കലാരൂപങ്ങൾ എത്രയോ കാണുവാൻ കഴിയും. പലതിന്റെയും പ്രസക്തി ഉപരിചിന്ത കൊണ്ടേ ബോദ്ധ്യപ്പെടുകയുള്ളൂവെന്നുവരാം. നാടൻകലകളിൽ മാത്രമല്ല ശാസ്ത്രീകലകളിൽപ്പോലും ഇതിനു ദൃഷ്ടാന്തങ്ങൾ കണ്ടെത്തുവാൻ പ്രയാസമില്ല. നാട്യധർമ്മിക്കു പ്രാധാന്യമുള്ള ശാസ്ത്രീയകലകളിൽ ലോകധർമ്മികളായ അംശങ്ങളും കഥാപാത്രങ്ങളും പ്രത്യക്ഷപ്പെടുന്നത് ശാസ്ത്രീയകലകളെ സംബന്ധിച്ച് അനൗചിത്യമായിത്തോന്നാം. എന്നിരുന്നാലും കഥകളി, കൃഷ്ണനാട്ടം തുടങ്ങിയ കലകളിൽ അത്തരം അംശങ്ങൾ അതിജീവിക്കുന്നുണ്ട്.

5.1 നാടൻകലകളിൽ

നാടൻകലകളിൽ ആഭാസമോ അസംബന്ധമോ ആയിത്തോന്നാവുന്ന കഥാപാത്രങ്ങളോ ക്രിയാംശങ്ങളോ കണ്ടെന്നുവരാം. കോലത്തുനാട്ടിലെ ചില കാവുകളിൽ പെരുങ്കളിയാട്ടത്തോടനുബന്ധിച്ച് ഇടവേളകളിൽ വണ്ണാന്മാർ നടത്താറുള്ള വണ്ണാൻകുത്തിൽ ചെങ്ങൻ, പൊങ്ങൻ എന്നീ ഹാസ്യാത്മകവേഷങ്ങൾ അരങ്ങത്തു പ്രവേശിക്കാറുണ്ട്. ആഭാ

സപ്രകടനങ്ങൾകൊണ്ട് കാണികളെ ചിരിപ്പിക്കുക മാത്രമാണ് അവയുടെ ധർമ്മം. തുള്ളൽക്കളിയിലെ 'മരമീട'ന്റെ ധർമ്മവും ഏറക്കുറെ ഇതുതന്നെയാണല്ലോ.

കാളീ-ദാരിക പുരാവൃത്തത്തെ അടിസ്ഥാനമാക്കിയുള്ള ഒരു അനുഷ്ഠാന കലയാണ് മുടിയേറ്റ്. തെക്കൻജില്ലകളിലാണ് ഈ കലാനിർവ്വഹണത്തിനു കൂടുതൽ പ്രാചുര്യം. കാളി, ദാരികൻ, ദാനവേന്ദ്രൻ, ശിവൻ, നാരദൻ, കോയിമ്പടനായർ (കോയിമ്പടാർ), കൂളി എന്നീ കഥാപാത്രങ്ങളാണ് അതിൽ രംഗപ്രവേശം ചെയ്യുന്നത്. ഒരു ഹാസ്യകഥാപാത്രമായ കോയിമ്പടനായർ മുടിയേറ്റിൽ പ്രത്യക്ഷപ്പെടുന്നതിന്റെ ഔചിത്യത്തെപ്പറ്റി പെട്ടെന്നു സംശയം തോന്നാം. പ്രേക്ഷകരെ ചിരിപ്പിക്കുന്ന മറ്റൊരു കഥാപാത്രമാണ് കൂളി. ഈ കഥാപാത്രത്തിന്റെ പുറപ്പാടും അഭിനയവും അസംബന്ധമാണെന്നേ പ്രഥമദൃഷ്ട്യാ തോന്നുകയുള്ളൂ. കുളിക്കുശേഷം പല്ലുതേപ്പും അതിനുശേഷം എണ്ണതേപ്പും സാധാരണപതിവിനു വിപരീതമാണല്ലോ. സാധാരണ രീതിക്കു പ്രതിലോമമായ ഇത്തരം ക്രിയാംശങ്ങളാണ് കൂളി നിർവ്വഹിക്കുന്നത്. കൂളിയുടെ സംഭാഷണങ്ങളും അസംബന്ധവും ഫലിതം നിറഞ്ഞതായിരിക്കും.

ദക്ഷിണകേരളത്തിൽ, പ്രത്യേകിച്ചും മദ്ധ്യതിരുവിതാംകൂറിൽ പ്രാചുര്യത്തിലുള്ള അനുഷ്ഠാനകലാനിർവ്വഹണമാണ് പടേനി. ഭദ്രകാളീ പ്രീണനാർത്ഥമാണ് അത് നടത്തപ്പെടുന്നത്. എങ്കിലും അനുഷ്ഠാനാദികളുമായി ബന്ധമില്ലാത്ത ചില രംഗങ്ങളും അതിൽ കാണുവാൻ കഴിയും. പരദേശി, അമ്മൂമ്മേം അപ്പൂപ്പനും, മാസപ്പടി, കുത്തിരിക്ക മഹർഷി, ആശാനും ശിഷ്യനും, നായരും നമ്പൂരീം, ഊട്ടുപട്ടർ, അന്തോനി എന്നിവരുടെ രംഗപ്രവേശം പടേനിയുടെ യഥാർത്ഥ പശ്ചാത്തലവുമായി ബന്ധമില്ലാത്തവയാണ്. വെളിച്ചപ്പാട്, പന്നത്താവടി തുടങ്ങിയവയും പടേനി എന്ന അനുഷ്ഠാന കലയിൽ അന്യമായതാണ്. ഇത്തരത്തിലുള്ള ഘടകങ്ങൾ വിവിധ കാലഘട്ടങ്ങളിൽ പടയണിയിൽ കൂട്ടിച്ചേർക്കപ്പെട്ടതും പടയണിയുടെ പുരാസങ്കല്പത്തോടു പൊരുത്തപ്പെടാത്തവയുമാണ്. മറ്റൊരു വിധത്തിൽ പറഞ്ഞാൽ ഒരുതരം അസംബന്ധകല്പനകളാണവ.

കേരള ബ്രാഹ്മണർക്കിടയിൽ നിലവിലുണ്ടായിരുന്ന ഒരനുഷ്ഠാന കലയാണ് പാനേങ്കളി/ സംഘക്കളി. അതിൽ അനേകം ചടങ്ങുകളും രംഗങ്ങളുമുണ്ട്. അതിലെ കയ്മളുടെ (ഇട്ടിക്കണ്ടപ്പൻ) പുറപ്പാട് തുടങ്ങിയ രംഗങ്ങൾ അനുഷ്ഠാനവുമായി യാതൊരു ബന്ധവുമില്ലാത്തവയാണ്.

"അടിക്കൊല്ലാ തെളിക്കൊല്ലാ
അടുപ്പിൽ തീയൊരുക്കല്ലാ
ഉണ്ണൊല്ലായുറങ്ങല്ലാ
ഉറങ്ങ്യാൽപ്പിന്നുണരൊല്ലാ."

എന്നിങ്ങനെ പരസ്പര ബന്ധമില്ലാത്ത കാര്യങ്ങളാണ് കയ്മൾ അവതരിപ്പിക്കുന്നത്. ഇട്ടിക്കണ്ടപ്പന്റെ പുറപ്പാട് അസംബന്ധമാണെന്നു പെട്ടെന്നു തോന്നാം. എന്നാൽ ബ്രഹ്മദ്വേഷിയും എല്ലാറ്റിനും തടസ്സം പറയുന്നവനുമായ ഒരു ജലപ്രഭുവിന്റെ പ്രതീകമായിട്ടാണ് ഇട്ടിക്കണ്ടപ്പനെ അതിൽ അവതരിപ്പിക്കുന്നത്. ചില പ്രദേശങ്ങളിൽ 'മരത്തേങ്കോടൻ' എന്ന വേഷവും രംഗപ്രവേശം ചെയ്യും.

ധനധാന്യസമൃദ്ധിക്കും ഗോവൃദ്ധിക്കും വേണ്ടി കോലത്തുനാട്ടിലെ മലയർ തുലാപ്പത്തു മുതൽ ഭവനം തോറും ചെന്ന് അവതരിപ്പിക്കുന്ന ഒരു നർത്തന കലയാണ് കോതാമൂരിയാട്ടം. ഗോദാവരി എന്ന ദിവ്യധേനുവിന്റെ സങ്കല്പത്തിലുള്ള ഒരു കുട്ടിത്തെയ്യവും ആ പശുവിന്റെ സംരക്ഷകരെന്ന നിലയിൽ പനിയന്മാരെന്നപേരിലുള്ള രണ്ടോ നാലോ ഹാസ്യാത്മക വേഷങ്ങളും വാദ്യക്കാരുമടങ്ങുന്നതാണ് നർത്തകസംഘം. പാട്ടുകൾ പാടിയും ഫലിതങ്ങൾ പറഞ്ഞും. പനിയന്മാർ ഗോദാവരിയെ ആടിക്കുന്നു. അവരുടെ നർമ്മഭാഷണങ്ങളിൽ ജുഗുപ്സാവഹമായ അശ്ലീലാദികൾവരെ അടങ്ങിയിരിക്കും. ഗൗരവാവഹമായ കലാവതരണത്തിൽ അസംബന്ധ കല്പനകൾ അടങ്ങിയിരിക്കുമെന്നതിനു ഇത് നല്ലൊരു ദൃഷ്ടാന്തമാണ്. വടക്കൻ കേരളത്തിലെ കാവുകളിലും കഴകങ്ങളിലും സ്ഥാനങ്ങളിലും തറവാടുകളിലും നടത്തിവരുന്ന അനുഷ്ഠാന കലാനിർവ്വഹണമാണ് തെയ്യാട്ടവും തിറയാട്ടവും. അസംബന്ധമെന്നുതോന്നിക്കുന്ന ചില ഘടകങ്ങൾ അതിൽ കാണുന്നുണ്ടെന്നത് ശ്രദ്ധേയമാണ്. ഭൂതം, ഗുളികൻ, പൊട്ടൻ തുടങ്ങിയ ചില തെയ്യങ്ങളുടെ മൊഴികളും കളികളും പലപ്പോഴും അസംബന്ധമോ ആഭാസമോ ആണെന്നു തോന്നിക്കും. 'നാണം കെട്ടവനെ പൂതം കെട്ടൂ' എന്നൊരു പഴഞ്ചൊല്ല് ഉത്തരകേരളത്തിൽ പ്രാചുര്യത്തിലുണ്ട്. മറ്റു തെയ്യങ്ങളെപ്പോലെ അർത്ഥപൂർണ്ണവും ഗൗരവതരവുമായി ആടുന്ന തെയ്യമല്ല അതെന്നാണ് പ്രസ്തുത മൊഴി വ്യക്തമാക്കുന്നത്. ഗുളികൻ തെയ്യം കെട്ടിപ്പുറപ്പെട്ടാൽ മറ്റു തെയ്യങ്ങളിൽനിന്നു വ്യത്യസ്തമായ രീതിയിൽ മരത്തിൽ കയറുകയും മറ്റും ചെയ്യാറുണ്ട്. കാരമുള്ളിൽ വീണുരുളുന്ന കാരഗുളികനും ഇവിടെ സ്മർത്തവ്യമാണ്. ഭൂത(പൂത)വും ഗുളികനും പൊട്ടനും മൊഴിയുന്ന വാക്കുകൾ മറ്റു തെയ്യങ്ങളുടെ മൊഴികളുടെ മട്ടിലുള്ളതല്ല. പൊയ്മുഖങ്ങൾ അണിയുന്ന തെയ്യങ്ങളാണിവ. അതിനാൽ എന്തും പറയുവാൻ മടിക്കേണ്ടതില്ല.

5.2 പുറാട്ടുകളിൽ

വാക്കിലും ഭാവത്തിലും രൂപത്തിലും അന്യരെ അനുകൂലിച്ചുകൊണ്ടുള്ള ഒരുതരം ഹാസ്യാനുകരണമാണ് പൊറാട്ട്. നേരംപോക്കായുള്ള ഒരുതരം നാടകരൂപമാണതെന്നു പറയാം. അനുഷ്ഠാനകലക

ളിൽപ്പോലും പൊറാട്ടുകൾക്കു പ്രവേശനമുണ്ട്. തെയ്യാട്ടത്തോടനുബന്ധിച്ച് മാപ്പിളപ്പുറാട്ട്, പനിയൻപുറാട്ട് തുടങ്ങിയവ സാധാരണമായി കാണാറുണ്ട്. കോതാമൂരിയാട്ടത്തിലും പനിയനുണ്ടല്ലോ. പനിയൻ എന്ന ശബ്ദത്തിനു പ്രിയപ്പെട്ടവൻ എന്നാണ് ദ്രാവിഡ ഭാഷകളിലുള്ള അർത്ഥം. എല്ലാവരെയും രസിപ്പിക്കുന്നതിനാൽ ആ അർത്ഥത്തിനു ഔചിത്യക്കുറവുമില്ല. എന്നാൽ പിണിദോഷം പറ്റാതിരിക്കുവാനുള്ള പൊറാട്ടു വേഷമാണ് പിണിയനെന്നും ആ പദമാണ് പിന്നീട് പനിയൻ എന്നായതെന്നും കരുതുന്നവരുണ്ട്.

കോലത്തുനാട്ടിലെ വണ്ണാന്മാർ സ്ത്രീകളെ പുരസ്കരിച്ചു നടത്തുന്ന അനുഷ്ഠാനപരമായ ഗർഭബലി കർമ്മമാണ് കെന്ത്രോൻപാട്ട്. മാപ്പിളപുറാട്ട്, മാവിലൻ പുറാട്ട്, പേറ്റിപ്പൊറാട്ട് യോഗിപുറാട്ട് തുടങ്ങിയ ചില പുറാട്ടുകൾ അതിൽ അവതരിപ്പിക്കാറുണ്ട്. വയറ്റാട്ടിയുടെ വേഷമണിഞ്ഞുകൊണ്ടുള്ള പുറാട്ടാണ് പേറ്റിപ്പുറാട്ട്. ശരീരങ്ങൾ കരിതേച്ച് മാവിലന്റെ വേഷമണിഞ്ഞ ഒരാളും കുറച്ചുകുട്ടികളുമാണ് മാവിലൻ പുറാട്ടിനു പുറപ്പെടുന്നത്.

"എല്ലാരീം കാതിലുമെ ഈയ്യത്തിന്റെ തോട
മൈലാഞ്ചിയോർ കുമ്പേരെ കാതി-
ലൊരിരുമ്പിന്റെ തോട
എല്ലാരെ കത്തിക്കുമെയെന്നല്ലേ കൊക്ക്
മൈലാഞ്ചിയോർ കുമ്പേരെ കത്തിക്കും
രണ്ടല്ലേ കൊക്ക്"

എന്നിങ്ങനെ (41:30) പരസ്പരം ബന്ധമില്ലാത്ത കാര്യങ്ങൾ ചേർത്തുകൊണ്ടുള്ള ചില പാട്ടുകൾ പാടുകയെന്നത് പ്രസ്തുത പൊറാട്ടിന്റെ പ്രത്യേകതയാണ്.

"കാണാതെ കണ്ട കൊയ്ത്തി
എന്റെ താളെല്ലാം വാരി തുറുത്തി"

തുടങ്ങിയ ഭാഗങ്ങളും അതിലുള്ളതാണ്. പലതരം ഗദ്യസംഭാഷണങ്ങളും പൊറാട്ടിനു കൊഴുപ്പു കൂട്ടും. ഇത്തരം പുറാട്ടുകൾ യഥാർത്ഥത്തിൽ കെന്ത്രോൻപാട്ടിലെ അനുഷ്ഠാനങ്ങളുമായി സംബന്ധമൊന്നുമില്ലാത്തവയാണ്.

കോഴിക്കോട്ടു ജില്ലയിലെ പറയർക്കിടയിൽ തെയ്യാട്ട് എന്ന ഗർഭബലി കർമ്മം നടപ്പുണ്ട്. അതിന്റെ ഭാഗമായി അവർ കത്തിക്കളി, വടിക്കളി, കെറുപ്പക്കളി, മീൻകളി, കൊല്ലൻകളി, കുടിച്ചുകളി, കാക്കാച്ചിക്കളി, തുടങ്ങിയ പുറാട്ടുകൾ അവതരിപ്പിക്കും. കുറുക്കൻ, നായ, പന്നി തുടങ്ങി വിവിധ മൃഗങ്ങളെ അനുകരിച്ചുകൊണ്ടുള്ള കളികളും അവർ

നടത്താറുണ്ട്. തെയ്യാട്ടിന്റെ സ്ഥായിയായ കർമ്മാനുഷ്ഠാനങ്ങളല്ല ഇവയൊന്നും.

പാനേങ്കളി/സംഘക്കളി എന്ന അനുഷ്ഠാന കലാ നിർവ്വഹണത്തിൽ കൊങ്ങിണി, പട്ടർ, കള്ളുകുടിയൻ തുടങ്ങി അനേകം പുറാട്ടുവേഷങ്ങൾ അരങ്ങത്തു വരുന്ന പതിവുണ്ട്. അതിനു വിഡ്ഢിയുടെ പുറപ്പാട് എന്നാണ് പൊതുവെ പറയാറുള്ളത്. ചില കലാഭാസപ്രകടനങ്ങളാണ തെന്ന സൂചന ആ പേരിൽ അടങ്ങുന്നുണ്ടല്ലോ. അനുഷ്ഠാനവുമായി യാതൊരുബന്ധവുമില്ലാത്ത ചെപ്പടിവിദ്യ തുടങ്ങിയ ചില വിനോദപ്രകട നങ്ങളും അതിൽ കാണാം. കറികൾ വിളമ്പുവാൻ ഉപയോഗിച്ച ചിരട്ടക്ക യിലുകൾ ആയുധമായി കൈയിൽപ്പിടിച്ച് തലമുടി അഴിച്ചിട്ട് രണ്ടുപേർ വെളിച്ചപ്പാടായി തുള്ളുന്ന പതിവും പാനേങ്കള്ളിയിലുണ്ട്. ചെമ്പുകൊട്ടി യാർക്കൽ എന്ന ചടങ്ങിനെ തുടർന്നാണ് ഈ ഹാസ്യാനുകരണം ഗൗര വതരവും അനുഷ്ഠാനബന്ധവുമായ വെളിച്ചപ്പാടു തുള്ളലല്ല അത്.

മീനമാസത്തിലെ പുരോത്സവത്തിന്റെ ഭാഗമായി വടക്കൻ കേരള ത്തിൽ നീലേശ്വരം, പയ്യന്നൂർ, വെള്ളൂർ തുടങ്ങിയ 'തെരു' (പത്മശാ ലിയ സങ്കേതം)കളിൽ 'ചാലിയപുറാട്ടു എന്ന പേരിലുള്ള ഹാസ്യാനുക രണപ്രകടനങ്ങൾ പതിവുണ്ട്. പട്ടർ, പൊതുവാൾ, മുക്കുവർ, കൊല്ലർ തുടങ്ങിയ പല വേഷങ്ങളും കെട്ടി പുറപ്പെടും. അസഭ്യങ്ങളും തെറിവാ ക്കുകളും അവരുടെ മൊഴികളിൽ ധാരാളം കലർന്നിരിക്കും. തെയ്യക്കാ വുകളിലെ ഭഗവതിമാരുടെ വെളിച്ചപ്പാടന്മാരെ അനുകരിച്ചുകൊണ്ടുള്ള ചില ഹാസ്യാനുകരണങ്ങളായ നർത്തനങ്ങളും ഈ പൊറാട്ടിന്റെ ഭാഗ മാണ്. പയ്യന്നൂർ തെരുവിൽനിന്നു അയ്യക്കാപ്പോതിയുടെ പ്രതിപുരുഷ നെന്ന നിലയ്ക്കാണ് ഭവനം തോറും ചെല്ലുന്നത്. അട്ടക്കുടുപ്പോതി, വായ ച്ചാൽ പോതി എന്നീ പേരുകളിലും ചില പോതികൾ പുറപ്പെടും. ശരീരം മുഴുവൻ വാഴയുടെ ഉണക്കില വെച്ചുകെട്ടുന്നതാണ് വായച്ചാൽ പോതി. അട്ടക്കുടു (ഒരു ജലജീവിയുടെ പുറംതോട്) കാലിൽ ചിലങ്ക കെട്ടേണ്ട സ്ഥാനത്ത് കോർത്തുകെട്ടുന്നതു കൊണ്ടത്രെ 'അട്ടക്കുടുപ്പോതി' എന്നു പറയുന്നത്. ഭഗവതിമാരുടെ വെളിച്ചപ്പാടന്മാരെ അനുകരിച്ചുകൊണ്ടുള്ള വേഷങ്ങളാണിവയെല്ലാം. പുറാട്ടുനാടകങ്ങൾ എന്ന പേരിൽ അറിയപ്പെ ടുന്ന വിനോദങ്ങളെല്ലാം ഇത്തരം ഒറ്റയൊറ്റ പൊറാട്ടുകളെക്കാൾ അല്പം കൂടി ഗൗരവമുള്ളവയായിരിക്കും. എങ്കിലും ആഭാസങ്ങളായ അംശങ്ങൾ അവയിലും കണ്ടേയ്ക്കാം.

5.3 പാളക്കോലം പൊയ്മുഖം ദാരുശില്പം

പൊയ്മുഖങ്ങൾ ധരിച്ചുകൊണ്ടുള്ള കലാപ്രകടനങ്ങൾ ഏതൊരു നാട്ടിലും കാണുവാൻ കഴിയും. കേരളത്തെ സംബന്ധിച്ചിടത്തോളം നാടൻകലകളിൽ മാത്രമല്ല ശാസ്ത്രീയ കലകളിൽ പോലും പൊയ്മു

ഖങ്ങൾ ദുർല്ലഭമായി ഉപയോഗിച്ചു കാണാറുണ്ട്. തെയ്യം, തിറ, പൂതം കളി, കുമ്മാട്ടിക്കളി, കോതാമൂരിയാട്ടം, കോലം തുള്ളൽ, മാരിയാട്ടം തുടങ്ങിയ നാടൻകലകളിൽ പൊയ്മുഖങ്ങളുടെ ഉപയോഗമുണ്ട്. ഗുളികൻ പൊട്ടൻ തുടങ്ങിയ തെയ്യങ്ങളും പനിയന്മാരും പൊയ്മുഖമായി മുഖപ്പാള (കണ്ണാമ്പള) ഉപയോഗിക്കും. പാളയിൽ സ്തോഭജനകങ്ങളായ രൂപങ്ങൾ കുറിച്ചിരിക്കും. തെക്കൻ ഗുളികനെപ്പോലുള്ള ചില തെയ്യങ്ങൾ വെള്ളോടുകൊണ്ടു നിർമ്മിച്ച പൊയ്മുഖമാണ് ഉപയോഗിക്കുക. കുണ്ഡോറ, ചാമുണ്ഡി തുടങ്ങിയ ചില ചാമുണ്ഡിത്തെയ്യങ്ങളും വിഷ്ണുമൂർത്തിയും കരിമ്പൂതവും മരത്തിന്റെ പൊയ്മുഖങ്ങൾ ധരിക്കാറുണ്ട്. ഭീകര പ്രകൃതിയും അത്ഭുത സ്തോഭവും കൈ വരുത്തുവാൻ ഇത്തരം പൊയ്മുഖങ്ങൾ സഹായകങ്ങളാണ്.

വള്ളുവനാട്ടിലെ പൂതന്റെ മുടി പൊയ്മുഖത്തോടുകൂടിയതും വിവിധ വർണ്ണങ്ങൾ കൊണ്ട് ശോഭിക്കുന്നതുമാണ്. മുരിക്ക്, പാല തുടങ്ങിയ മരങ്ങളുടെ പലക കൊണ്ടാണ് പൂതക്കോലം നിർമ്മിക്കുന്നത്. കണ്ണിന്റെ നേർക്കു ദ്വാരമുണ്ടാകും. നാവ് പുറത്തിട്ട തരത്തിലുള്ളതാണ് രൂപം. പൂതനോടൊപ്പം കാളിയുടെ സങ്കല്പത്തിലുള്ള തിറയും ഉണ്ടാവും. പൂതങ്ങൾ ഭൂതഗണങ്ങളെ പ്രതിനിധീകരിക്കുന്നവയാണത്രെ.

കോലത്തുനാട്ടിലെ പുലയർക്കിടയിൽ കർക്കടകം പതിനാറാം നാൾ മുതൽ ഏതാനും ദിവസം നടത്താറുള്ള ബാധോച്ചാടനപരമായ കലാനിർവ്വഹണമാണ് മാരിയാട്ടം. മാരിക്കലിയൻ, മാരിക്കലിച്ചി, മാമായക്കലിയൻ, മാമായക്കലിച്ചി, മാരിക്കുളിയൻ, മാമായക്കുളിയൻ എന്നീ ആറു വേഷങ്ങളാണ് അതിൽ ആട്ടം നടത്തുന്നത്. ഈ തെയ്യങ്ങൾക്കു കുരുത്തോലകൊണ്ടുള്ള അലങ്കാരങ്ങളാണ് ഉണ്ടാവുക. കുളിയൻ വേഷത്തിനു മരംകൊണ്ടുള്ള പ്രത്യേകതരം മുഖാവരണം ഉപയോഗിക്കും.

മരംകൊണ്ടുള്ള മുഖാവരണങ്ങളെ വടക്കൻകേരളത്തിൽ പൊതുവെ ‘മരമീട്’ എന്നാണ് പറയുക. മുഖം എന്ന അർത്ഥത്തിലാണ് ‘മീട്’ എന്ന പദം ഉപയോഗിക്കുന്നത്. തുള്ളൽക്കളിയിൽ ‘മരമീട്’ ധരിച്ച ‘മരമീടൻ’ എന്ന വേഷം അരങ്ങിൽ വന്ന് പല വൈകൃതങ്ങളും കാട്ടി കാണികളെ രസിപ്പിക്കാറുണ്ട്. തുള്ളൽക്കലയുമായി ഇതിനു പറയത്തക്ക ബന്ധമൊന്നുമില്ല. ‘ആഭാസം’ എന്ന അർത്ഥം ‘മരമീട്’ എന്ന പദത്തിനു വന്നുചേർന്നിട്ടുണ്ട്. അത് ബുദ്ധിശൂന്യതയെ സൂചിപ്പിക്കുന്ന ഒരു ശൈലിയായി പ്രയോഗിക്കുന്ന സന്ദർഭങ്ങൾ കുറവല്ല. ബുദ്ധിശൂന്യമായോ ആഭാസപരമായോ പെരുമാറുന്നവരെ മരമീടൻ എന്നു പറയാറുണ്ട്.

ദക്ഷിണ കേരളത്തിലെ ഗണകന്മാർ സ്ത്രീകളെ പുരസ്കരിച്ചു നടത്താറുള്ള ഗർഭബലി കർമ്മമാണ് കോലം തുള്ളൽ. സ്ത്രീകളെ ബാധിക്കുന്ന ദുർദ്ദേവതകളെ അകറ്റുകയാണ് ആ അനുഷ്ഠാന കർമ്മത്തിന്റെ ലക്ഷ്യം. മാടൻകോലം, പിശാചുകോലം, കാലൻകോലം, യക്ഷിക്കോലം, പക്ഷിക്കോലം തുടങ്ങിയ ദേവതകളുടെ മുഖമോ രൂപമോ ചിത്രീക

രിച്ച പാളക്കോലങ്ങൾ ധരിച്ചുകൊണ്ട് തുള്ളുകയാണ് കോലംതുള്ളലിന്റെ പ്രത്യേകത. ദേവതകളുടെ ഭീകരമായ രൂപങ്ങൾ പച്ചപ്പാളയിലാണ് ചിത്രീകരിക്കുക പതിവ്.

മേൽസൂചിപ്പിച്ച പൊയ്മുഖങ്ങളും മുഖപ്പാളകളും മരമീടുകളും പാളക്കോലങ്ങളുമൊക്കെ പ്രത്യേക ചില ധർമ്മങ്ങൾ നിറവേറ്റുന്നുണ്ടെന്നതിൽ പക്ഷാന്തരമില്ല. ഭീകരമോ ഹാസ്യജനകമോ അമാനുഷമോ ആയ ഭാവം കൈവരുത്തുവാൻ ഇവയ്ക്കു കഴിഞ്ഞേക്കാം. ചില പ്രത്യേക ആശയങ്ങളെയും സങ്കല്പങ്ങളെയും പ്രതിനിധീകരിക്കുവാനും ചിലവയ്ക്കു കഴിയും. എന്നാൽ, ശില്പ/ചിത്രകലയുടെ യഥാർത്ഥ തത്ത്വങ്ങളുടെ മാനദണ്ഡം വെച്ചു പരിശോധിക്കുമ്പോൾ ഇവയെല്ലാം ആഭാസമോ വികലമോ അസംബന്ധമോ ആയിട്ടു തോന്നാം.

ഭവനങ്ങൾക്കു കണ്ണുകൊള്ളാതിരിക്കുവാൻ ആഭാസങ്ങളായ ചില ദാരുശില്പങ്ങൾ കൊത്തിവയ്ക്കാറുണ്ട്. മരപ്പണികളും കൊത്തുവേലകളും ഗൗരവമായി നടത്തുന്ന ശില്പികൾ തന്നെയാണ് അതിനിടയിൽ ഇത്തരം ആഭാസശില്പങ്ങൾ നിർമ്മിക്കുന്നത്. ഇവ പൊതുവെ ഹാസ്യജനകങ്ങളും സഭ്യേതരങ്ങളുമായിരിക്കും. കുട്ടികൾക്കുള്ള ചില കളിക്കോപ്പുകളിലും അപഹാസ്യമോ ആഭാസമോ ക്രമരഹിതമോ ആയ ശില്പങ്ങൾ കണ്ടേക്കാം.

ക്ഷേത്രങ്ങളിലും ബ്രഹ്മാലയങ്ങളിലും മറ്റും മേല്പുരയുടെ മുകപ്പിൽ മരംകൊണ്ടു കൊത്തിയുണ്ടാക്കിയ ഭീകരമുഖം കാണാം. ഇതിനു കിംപുരുഷമുഖം എന്നാണ് പേർ. ദേവാസുരയുദ്ധത്തിൽ തലമുറിഞ്ഞുപോയ കിംപുരുഷന്റെ പ്രാർത്ഥന കേട്ട് കിംപുരുഷൻ എന്നെന്നും മനുഷ്യരാൽ സ്മരിക്കപ്പെടുമെന്ന് ദേവന്മാർ അനുഗ്രഹിച്ചുവെന്നും അതിന്റെ ഫലമായാണ് ഈ ശില്പം നിർമ്മിക്കുന്നതെന്നുമുള്ള ഒരു പുരാവൃത്തം ഇതിനു പിന്നിലുണ്ട്. എങ്കിലും, പാമ്പിന്റെ മുഖം പോലുള്ള മൂന്നുകണ്ണുകൾ, കരാളമായ മുഖം, ആട്ടിൻകൊമ്പുപോലുള്ള കൊമ്പുകൾ, കുരങ്ങിന്റെ മുഖത്തിനു സമാനമായ മുഖം, വരാഹനേത്രം, ദംഷ്ട്രം, പുറത്തേക്കു നീട്ടിയ നാവ് എന്നിവയോടുകൂടിയ കിംപുരുഷമുഖം പ്രഥമദൃഷ്ട്യാ ആഭാസമായിട്ടാണ് തോന്നുക.

5.4 കളമെഴുത്തിലെ വിലക്ഷണത

കളമെഴുത്ത് ഒരു പാരമ്പര്യകലയാണ്. അവയിൽ വിവിധ വംശീയ പൈതൃകങ്ങൾ കണ്ടെത്തുവാൻ കഴിയും. അന്തരാള വിഭാഗക്കാരായ തെയ്യം പാടി നമ്പ്യാർ, തീയാടി നമ്പ്യാർ, തീയാട്ടുണ്ണികൾ, കല്ലാറ്റക്കുറുപ്പ്, തെയ്യം പാടിക്കുറുപ്പ്, മറ്റു കളമെഴുത്തുകുറുപ്പന്മാർ തുടങ്ങിയവരുടെ കളങ്ങളാണ് അതിലൊന്ന്. പുള്ളുവൻ മണ്ണാൻ, വണ്ണാൻ, വേലൻ, പാണൻ, മുന്നൂറ്റാൻ, പുലയൻ, കണിയാൻ, ഗണകൻ, മലയൻ, അടി

യാൻ തുടങ്ങിയ കീഴാളരുടെ കളങ്ങളാണ് മറ്റൊരിനം. കേരള ബ്രാഹ്മണർ തന്ത്രപൂജാദികൾക്കുവേണ്ടി പഞ്ചവർപ്പൊടികൊണ്ടിടുന്ന 'പത്മ' ങ്ങളും ഇവിടെ സ്മരിക്കാം. മന്ത്രവാദകർമ്മങ്ങൾക്കും കളങ്ങളും ചക്രങ്ങളും കുറിക്കാറുണ്ട്.

കളമെഴുത്തിൽ വിലക്ഷണരൂപങ്ങൾ ചിത്രീകരിച്ചുകാണാറുണ്ട്. നർമ്മത്തിനു വേണ്ടിയാണ് അതെന്നു പൂർണ്ണമായി പറയുവാൻ കഴിയുകയില്ല. വിലക്ഷണരൂപങ്ങളിൽ പലതും പ്രതിരൂപാത്മകമായ ആവിഷ്കാരങ്ങളാകാം. അവയവങ്ങളുടെ അനുപാതക്രമവും തോതും ഒത്തിരുന്നാൽ മാത്രമേ ചിത്രങ്ങളും രൂപക്കളങ്ങളും ലക്ഷണമൊത്തവയും ചൈതന്യപൂർണ്ണങ്ങളുമാകയുള്ളൂ.

"സ്ഥാനം പ്രമാണഭൂലംഭോ
മധുരത്വം വിഭക്തനാ
സാദൃശ്യം ക്ഷയവിദ്ധീച
ഗുണാശ്ചിത്രസ്യ കീർത്തിതാ:"

എന്നാണ് (27:77) ശ്രീവിഷ്ണുധർമ്മോത്തര പുരാണത്തിൽ പറഞ്ഞിട്ടുള്ളത്. അതുപ്രകാരം ഉചിതസ്ഥാനം, അനുപാതം, അനുഗുണമായ പശ്ചാത്തലം, ആകർഷണീയത, വ്യക്തത, സാദൃശ്യം, ക്ഷയവൃദ്ധികൾ എന്നിവ ചിത്രത്തിന്റെ ഗുണങ്ങളാണ്. ചിത്രകലയെ സംബന്ധിച്ച ഈ പൊതുതത്ത്വം കളമെഴുത്തിനും ബാധകമാണ്. പ്രമാണഹീനമായവ (തോതുപിഴച്ചവ) നാശം വരുത്തിവെക്കുമെന്നാണ് വിശ്വസിക്കപ്പെടുന്നത്.

"ഹീനാധിക പ്രമാണാച
രൂക്ഷവർണ്ണാ തഥൈവച
വിവൃതേന ചവക്രേതണ
നതാചയദുനന്ദന"

എന്ന പ്രമാണ (27:60) പ്രകാരം, അനുപാതികമായ അളവിൽ കുറച്ചോ, കൂട്ടിയോ, രൂക്ഷനിറങ്ങളിലോ തുറന്ന വായോടുകൂടിയോ കുനിഞ്ഞോ ഉള്ള രൂപങ്ങൾ ചിത്രീകരിക്കുന്നത് ശരിയല്ല. ആനുപാതികമല്ലാത്തതോ അമിത വലുപ്പമുള്ള അവയവങ്ങളോടുകൂടിയതോ ആയ രൂപങ്ങൾ ദോഷകരമത്രെ. വികൃതവും വികലവുമായ രൂപം മരണത്തെ സൂചിപ്പിക്കുന്നുവെന്ന് ശ്രീവിഷ്ണുധർമ്മോത്തരപുരാണത്തിൽ പറയുന്നു. വായ തുറന്ന മട്ടിലുള്ള രൂപങ്ങൾ ചിത്രീകരിക്കുന്നത് കുലനാശത്തിനു ഹേതുകമത്രെ.

"ആവാഹിതാംച വിപ്രേന്ദ്രൈർ-
ന്നാവിശന്തി ദിവൗകസ:

ആവിശന്തിതു താം നിത്യം
പിശാചാ ദൈത്യദാനവാ:"

എന്ന ശ്ലോകം (27:61) ശ്രദ്ധേയമാണ്. ആനുപാതികവും ലക്ഷണയുക്തവുമല്ലാത്ത രൂപങ്ങളിലേക്ക് ദേവതകളെ ആവാഹിക്കുക സാദ്ധ്യമല്ലെന്നാണ് അതിൽ വ്യക്തമാക്കിയിട്ടുള്ളത്. അത്തരം വികലരൂപങ്ങളിൽ ഭൂതപ്രേതപിശാചാദികൾ അധിവസിക്കുമത്രെ. ദേവീദേവന്മാരുടെ രൂപക്കളങ്ങൾ ലക്ഷണയുക്തമായിരിക്കുന്നതിന്റെ പൊരുൾ വ്യക്തമാണ്. ലക്ഷണയുക്തമായവ പ്രശംസനീയങ്ങളെന്നതുപോലെ വിലക്ഷണങ്ങളായവ നിന്ദ്യങ്ങളുമാകുന്നു.

രൂപക്കളങ്ങളിൽ അന്തരാള വിഭാഗക്കാർ കുറിക്കുന്നവ പ്രായേണ ലക്ഷണ/പ്രമാണ മൊത്തവയാണ്. എന്നാൽ, മണ്ണാൻ, പുള്ളുവൻ, വണ്ണാൻ, പാണൻ, മലയൻ, മുന്നൂറ്റാൻ തുടങ്ങിയ കീഴാള വിഭാഗക്കാരുടെ രൂപക്കളങ്ങളിൽ പലതും അനുപാതക്രമം കൃത്യമായി ദീക്ഷിക്കാത്ത വിലക്ഷണരൂപങ്ങളായിരിക്കും.

ഓരോ 'ഗണ'ത്തിലും പെട്ട ദേവതകളെ എപ്രകാരം രൂപപ്പെടുത്തണമെന്ന് ശ്രീവിഷ്ണുധർമ്മോത്തര പുരാണത്തിൽ വിശദമാക്കുന്നുണ്ട്.

"സുരാണാം പ്രഥമ; കാര്യാ:
പ്രമാണേന വിരാജിതാ:
പിശാചശ്ച തഥാ കാര്യാ:
പ്രമാണേനൈവ വർജ്ജിതാ:"

എന്ന് (27:82) അതിൽ പറയുന്നു. ദേവീ ദേവന്മാരെ പ്രത്യേകമാന (തോത്) തത്ത്വങ്ങൾക്കു അനുഗുണമായേ ചിത്രീകരിക്കുവാൻ പാടുള്ളൂവെങ്കിലും ദുർദ്ദേവതകളെ മാനങ്ങൾ (തോത്) ഇല്ലാതെ ചിത്രീകരിക്കാമെന്നാണ് അതിലുള്ള സൂചന. അന്തരാള വിഭാഗക്കാർ കുറിക്കുന്ന കളങ്ങൾ ഉന്നത ദൈവങ്ങളായ ദേവീദേവന്മാരുടെ രൂപക്കളമായതിനാൽ അവ അനുപാതികക്രമവും മറ്റുലക്ഷണങ്ങളും പാലിച്ചു കാണാതിരിക്കുകയില്ല. എന്നാൽ കീഴാള വിഭാഗക്കാരുടെ കളങ്ങളിൽ ശ്രേഷ്ഠത കുറഞ്ഞ കീഴ്ദേവത (Inferior deities)കളാണ് വരുന്നത്. അവരുടെ കളങ്ങളിൽ രൂപമാനങ്ങൾ വേണ്ടത്ര അനുസരിക്കാത്തവയും വികൃതമോ വികലമോ ആയ രൂപത്തോടുകൂടിയവയും തുറന്ന വായോടു കൂടിയവയും അമിത വലുപ്പമുള്ള അവയവങ്ങളോടുകൂടിയവുമായ ദേവതാരൂപങ്ങൾ കാണാറുണ്ട്. അത്തരം രൂപങ്ങളൊന്നും ഉത്തമകോടിയിൽപ്പെടുന്നില്ലെന്നാണ് പ്രാമാണികഗ്രന്ഥങ്ങൾ വ്യക്തമാക്കുന്നത്. ചിത്രകലാ തത്ത്വമനുസരിച്ച് അവയെല്ലാം അസംബന്ധകല്പനകളാണ്.

പുള്ളുവരും മറ്റും ചിത്രീകരിക്കുന്ന ഭൂതക്കളം വീർത്ത ഉദരത്തോ

ടുകൂടിയതാണ്. പാണൻ, മുന്നൂറ്റാൻ തുടങ്ങിയവർ ബലിക്കള, തെയ്യാട്ട് എന്നിവയ്ക്കു കുറിക്കുന്ന പഞ്ചമൂർത്തിക്കളം കലാസിദ്ധാന്തമനുസരിച്ച് വിലക്ഷണരൂപങ്ങളാണ്. മന്ത്രവാദസംബന്ധമായി മലയൻ, വണ്ണാൻ, കണിയാൻ, പുലയൻ തുടങ്ങിയ വിഭാഗക്കാർ കുറിക്കാറുള്ള രൂപക്കളങ്ങളും അപ്രകാരമുള്ളവയത്രെ. അന്തരാള വിഭാഗക്കാർ കുറിക്കുന്ന വേതാളത്തിന്റെ രൂപവും ഈ വിഭാഗത്തിൽ തന്നെയാണ് ഉൾപ്പെടുത്തേണ്ടത്. വീർത്ത ഉദരവും തുറന്ന വായും പുറത്തേക്കു നീട്ടിയ നാവുമൊക്കെയുള്ള രൂപം ലക്ഷണയുക്തമാണെന്നു കരുതാനാവില്ല.

മേൽപ്രസ്താവിച്ച കലാവിഷ്കാരങ്ങളും പുറാട്ടുകളും പാളക്കോലങ്ങളും പൊയ്മുഖങ്ങളും നോക്കുകുത്തികളും ധൂളീശില്പങ്ങളുമൊക്കെ ഗ്രാമീണരായ സാമാന്യജനങ്ങൾക്കു നീരസജനകങ്ങളോ ഗുണരഹിതങ്ങളോ ആയി അനുഭവപ്പെടണമെന്നില്ല. നിത്യജീവിത്തിന്റെ ഭാഗങ്ങളായി കണ്ടുവരുന്നവയാണ് അവയിൽ ഒട്ടുമുക്കാലും. കലാതത്ത്വദീക്ഷിതന്മാരായ പണ്ഡിതന്മാരുടെ ശാസ്ത്രീയ വീക്ഷണത്തിൽ ഇവ അസംബന്ധങ്ങളോ മൂല്യം കുറഞ്ഞവയോ ആയിത്തോന്നിയെന്നുവരാം.

അസംബന്ധകല്പനകൾ നാടൻ വിശ്വാസങ്ങളിൽ

ജനങ്ങളുടെ ഏതൊരു കൂട്ടായ്മയിലും പലതരത്തിലുള്ള വിശ്വാസങ്ങൾ കാണാം. ആരാധന, മാന്ത്രികകർമ്മങ്ങൾ, നാട്ടാചാരങ്ങൾ, വിധി നിയമങ്ങൾ തുടങ്ങിയവയുമായി അതിനുള്ള ബന്ധവും ശക്തമാണ്. ഇത്തരം വിശ്വാസങ്ങളിൽ പരീക്ഷിച്ചറിഞ്ഞവയേക്കാൾ പരീക്ഷിക്കാത്തവയാണ് കൂടുതൽ ഉണ്ടായിരിക്കുക. പല വിശ്വാസങ്ങളും സുചിന്തിതങ്ങളുമല്ല. പരീക്ഷിച്ചറിയാത്ത ജ്ഞാനവും പരീക്ഷിച്ചറിഞ്ഞ അറിവും സമ്മിശ്രമായിട്ടാണിരിക്കുന്നത്. അതുകൊണ്ടുതന്നെ അവയുടെയെല്ലാം പൊരുൾ പൂർണ്ണമായി ഗ്രഹിക്കുവാൻ കഴിഞ്ഞില്ലെന്നു വരാം. വിശ്വാസങ്ങളിൽ പലതും യുക്തിരഹിതങ്ങളും അയഥാർത്ഥങ്ങളുമായി അനുഭവപ്പെടുന്നതിന്റെ പശ്ചാത്തലമതാണ്. വിശ്വാസാധിഷ്ഠിതമായ പല പ്രവർത്തനങ്ങളും സൂക്ഷ്മചിന്തയിൽ നിരർത്ഥകങ്ങളോ അസാംഗത്യങ്ങളോ ആണെന്നു ബോദ്ധ്യപ്പെടാം. നാടൻ വിശ്വാസങ്ങളുടെ പശ്ചാത്തലത്തിൽ രസകരമായ ചില അസംബന്ധകല്പനകൾ പരിശോധിക്കാം.

6.1 മാന്ത്രിക വിശ്വാസങ്ങൾ

മാന്ത്രിക വിശ്വാസങ്ങളിൽ അസംബന്ധകല്പനകൾ കൂടുതൽ കണ്ടേക്കാം. കൊതി, ഉളുക്ക്, തൂവക്കാടി (ശരീരത്തിൽ ചൊറിഞ്ഞു പൊടുക്കൽ) എന്നീ രോഗങ്ങൾക്കുള്ള ചില പരിഹാരമാർഗ്ഗങ്ങൾ രസാവഹങ്ങളെങ്കിലും അസംബന്ധമെന്നു തോന്നാവുന്നവയാണ്. ഒരു പാത്രത്തിൽ കുരുതി കലക്കി, അതിന്റെ നടുക്ക് ഉയർന്നൊരു കട്ടയിൽ ഒരുതിരി കത്തിച്ചുവെച്ച് ഒരുകുടം അതിൽ കമിഴ്ത്തിയാൽ അല്പസമയത്തിനുള്ളിൽ കുരുതിയിൽ നല്ലൊരു ഭാഗം കുടത്തിൽ കയറും. കൊതിക്കു പിടിക്കൽ എന്ന കർമ്മമാണിത്. നല്ല ഭക്ഷ്യവസ്തുക്കളിൽ അന്യർക്കുണ്ടാകുന്ന

ആഗ്രഹം നിമിത്തം അതു കഴിക്കുന്നവർക്കുണ്ടാകുന്ന ദോഷത്തെയാണ് കൊതിയെന്നു വ്യവഹരിക്കുന്നത്. ദഹനക്ഷയം, വയറുവീർക്കൽ, പുളിച്ചുതേട്ടൽ എന്നിവ ആ അസുഖത്തിന്റെ മുഖ്യലക്ഷണമാണ്. ഈ രോഗത്തിന്റെ പരിഹാരമായിട്ടാണ് മേൽപ്പറഞ്ഞ കർമ്മം ചെയ്തുവരുന്നത്. യഥാർത്ഥത്തിൽ മേൽപ്പറഞ്ഞ ക്രിയ ശാസ്ത്രീയമായ ഒരു പരീക്ഷണമാണ്. കുടത്തിനുള്ളിലെ തിരി അതിനുള്ളിലെ പ്രാണവായു കഴിയുന്നതുവരെ കത്തുകയും അതിനുശേഷം പ്രാണവായുവിന്റെ സ്ഥാനത്തേക്കു കുരുതിവെള്ളം കയറുകയുമാണ് ചെയ്യുന്നത്.

ഉളുക്ക്, തിറമ്പൽ എന്നീ അസുഖങ്ങൾ മാറ്റുവാൻ നാട്ടിൽപുറങ്ങളിൽ നടത്താറുള്ള ഒരു കർമ്മമാണ് തിറമ്പലിനു പിടിക്കൽ. അസുഖമുള്ള വ്യക്തിയും മറ്റൊരാളും മുഖത്തോടു മുഖം തിരിഞ്ഞു നിന്ന് രണ്ടു വാഴപ്പോളകൾ അരക്കെട്ടിനു ഇരുവശത്തുമായി ചേർത്തുപിടിച്ച് നില്ക്കണം. അപ്പോൾ, മാന്ത്രികനായ ചികിത്സകൻ ഒരു പച്ചമരുന്ന് തിരുമ്മി ആ പോളകൾക്കിടയിൽക്കൂടി വിതറും. അകന്നു നില്ക്കുന്ന ആ പോളകൾ താമസിയാതെ അടുക്കുന്നതുകാണാം. ആ സമയത്ത് കത്തിയെടുത്ത് പോളകൾ അരിഞ്ഞുവീഴ്ത്തുകയാണ് പതിവ്. ഒരുതരം മാന്ത്രിക ചികിത്സാരീതിയായി ഇതിനെ കണക്കാക്കി വരുന്നു. മരുന്നിന്റെ പ്രയോഗമാണ് ഇവിടെ ശ്രദ്ധേയം. കാണുന്നവർക്ക് ഈ പ്രവൃത്തി യുക്തിരഹിതമായി തോന്നുന്നതിൽ അത്ഭുതമില്ല.

കുട്ടികൾക്കു ശരീരത്തിൽ ചൊറിഞ്ഞു പൊട്ടിയുണ്ടാകുന്ന രോഗ (ഒരുതരം അലർജി)ത്തെ 'തൂവക്കാടി' എന്നാണ് പറയുക. ഈ രോഗത്തിനു ദേവതാ സങ്കല്പമുണ്ട്. തൂവക്കാടി മാറുവാൻ തൂവക്കാടിനീക്ക് എന്നൊരു ചടങ്ങ് നടത്താറുണ്ട്. രോഗം പിടിപെട്ട കുട്ടി പുല്ലുകൊണ്ടു നിർമ്മിച്ച ഒരു രൂപത്തെ (പുല്ലിൻകുഞ്ഞ്) എടുത്തുകൊണ്ട് മുന്നിലും മറ്റ് ഏതാനും കുട്ടികൾ ചിരട്ടകൾ മുട്ടി ശബ്ദമുണ്ടാക്കിയും തൂവക്കാടിയോ എന്നു വിളിച്ചു പറഞ്ഞുകൊണ്ട് പിറകെയുമായി ഭവനത്തിനു ചുറ്റും സന്ധ്യാനേരത്ത് ഓടും. മൂന്നുദിവസം ഈ ചടങ്ങ് നടത്തണം. ഒടുവിൽ പുല്ലിൻ കുഞ്ഞിനെ ഉപേക്ഷിച്ചുവരും.

വിസ്മയജനകങ്ങളായ ചില പ്രയോഗങ്ങൾ മന്ത്രവാദത്തിൽ പതിവുണ്ട്. മാന്ത്രികൻ തറവാട്ടിലെ കാരണവരോടു ഒരു പാത്രത്തിൽ കുരുതികൂട്ടിവയ്ക്കുവാൻ ആവശ്യപ്പെടും. മാന്ത്രികൻ ഒരു ഭസ്മം ജപിച്ചു കൊടുത്ത് അത് കുരുതിയിൽ ഇടുവാൻ പറയും. കാരണവർ ആ ഭസ്മം വാങ്ങി കുരുതിയിൽ ഇടുകയും ചെയ്യും. മന്ത്രവാദ കർമ്മങ്ങൾക്കുശേഷം ആ കുരുതി നിറച്ച പാത്രം എടുത്തുകൊണ്ടുവരുവാൻ ആവശ്യപ്പെടും. അപ്പോൾ കുരുതിവെള്ളത്തിനു പകരം മാംസപിണ്ഡം പോലെയുള്ള വസ്തുവാണ് അതിൽ കാണുക. ജനങ്ങൾക്ക് അത്ഭുതവും വിശ്വാസവും ഉളവാക്കുന്ന സംഭവമാണത്. ഒരുതരം ഔഷധചൂർണ്ണത്തിന്റെ പ്രയോഗമാണതെന്ന് സാധാരണക്കാർ മനസ്സിലാക്കുന്നുമില്ല.

6.2 നോക്കുകുത്തികൾ

ഒരാളുടെ കൺനോട്ടമോ വാക്കോ മറ്റൊരാൾക്കോ മൃഗാദികൾക്കോ വസ്തുവിനോ ഭവനത്തിനോ നാശം, അനിഷ്ടഫലം തുടങ്ങിയ ദോഷങ്ങൾ ഉണ്ടാക്കുമെന്നാണ് വിശ്വാസം. കണ്ണേർ, നാവേർ എന്നീ പേരുകളിലാണ് അത് അറിയപ്പെടുന്നത്. ഇത്തരം പിണിദോഷങ്ങൾ പരിഹരിക്കുവാൻ മലയൻ, പുള്ളുവൻ തുടങ്ങിയ ചില സമുദായക്കാർ പരിഹാര ക്രിയ ചെയ്യും. കരിനൊച്ചിൽ, കരിഞ്ഞെഴുക്, കാരെരുക്ക് എന്നിവയുടെ തോല് (കമ്പോടുകൂടിയ തുലകൾ) കൊണ്ട് രോഗിയെ ഉഴിയുകയാണ് കണ്ണേർ, നാവേർ തുടങ്ങിയവ നീക്കുവാനുള്ള കർമ്മത്തിന്റെ ഒരു ഭാഗം. ഔഷധ വീര്യമുള്ളതാണ് ഈ തോലുകൾ. ഈ കർമ്മത്തെ തോലുഴിയൽ, തച്ച്മന്ത്രവാദം എന്നീ പേരുകളിൽ വ്യവഹരിക്കാറുണ്ട്. കണ്ണേറും നാവേറും തട്ടാതിരിക്കുവാൻ കൃഷിസ്ഥലങ്ങളിലും പുതിയ ഭവനങ്ങളിലും വികൃതരൂപങ്ങൾ തൂക്കിയിടാറുണ്ട്. അവയാണ് നോക്കുകുത്തികൾ. അവ പല പ്രകാരമുണ്ട്. പാളകളിൽ വികൃത രൂപങ്ങൾ വരച്ച് തൂക്കിയിടുന്നവയാണ് അവയിൽ നല്ലൊരു ഭാഗം. പാളയ്ക്കു പകരം നേരിയ മരപ്പലകകളോ കട്ടിയുള്ള കാർഡ്ബോഡുകളോ ഉപയോഗിക്കുകയും പതിവുണ്ട്. കരിപറ്റിയ മൺകലങ്ങളിലും പൊയ്മുഖം കുറിച്ച് തൂക്കാറുണ്ട്. ഏതായാലും വികൃതരൂപങ്ങളാണ് അവയിൽ ചിത്രീകരിക്കുക. കരി, ചുണ്ണാമ്പ്, ചെങ്കല്ല് തുടങ്ങിയ വസ്തുക്കൾ കൊണ്ടാണ് മുഖങ്ങൾ കുറിക്കുന്നത്. ഗുളികൻ, പൊട്ടൻ, പൂതം തുടങ്ങിയ തെയ്യങ്ങളുടെ മുഖാവരണങ്ങളുടെ വികൃതമായ അനുകരണങ്ങൾ വടക്കൻ കേരളത്തിലെ നോക്കുകുത്തികളിൽ കാണാറുണ്ട്.

വൈക്കോൽ, പഴന്തുണികൾ, ഉടഞ്ഞകലം തുടങ്ങിയ പാഴ്‌വസ്തുക്കൾ കൊണ്ട് മനുഷ്യരൂപം വികൃതമായി രൂപപ്പെടുത്തിയ 'കോല'ങ്ങളാണ് നോക്കുകുത്തികളിൽ മറ്റൊരിനം. അവ ഒരു ദണ്ഡിനു കെട്ടി കുഴിച്ചിടുകയോ തൂക്കിയിടുകയോ പതിവുണ്ട്. മുഖത്തിന്റെ സ്ഥാനത്ത് കലത്തിലോ പാളയിലോ കുറിച്ച വികൃതരൂപമാണ് വെച്ചു കെട്ടുക. വീർത്ത കുടലാണ് സാധാരണമായി കാണുന്നത്. ചിലേടങ്ങളിൽ പഴയകുപ്പായം, പാന്റ് എന്നിവയും ഇത്തരം കോലങ്ങൾക്ക് അണിയിക്കാറുണ്ട്. അശ്ലീലവും ആഭാസവും കലർന്നവയായിരിക്കും ഇവയിൽ മിക്കതും. എങ്കിലും കലാഭംഗി തീരെ ഇല്ലെന്നുപറഞ്ഞുകൂടാ. തിരുവനന്തപുരം ജില്ലയിലും മറ്റും നോക്കുകുത്തികൾ തൂക്കിയിടുന്നതിനെ 'വാണിയനെ കെട്ടിനിറുത്തൽ' എന്നാണ് (44: 265) പറയാറുള്ളത്. വർത്തമാന കാലത്ത് രാഷ്ട്രീയ രംഗത്തും മറ്റും പ്രതിയോഗിയുടെ കോലമുണ്ടാക്കി കത്തിക്കുന്ന പതിവ് സാധാരണമാണല്ലോ. അത്തരം കോലങ്ങൾ ഉണ്ടാക്കുന്നതും മേൽപ്പറഞ്ഞരീതിയിലുള്ള പാഴ്‌വസ്തുക്കൾ കൊണ്ടുതന്നെയാണ്. ദുർല്ലഭമായി മരംകൊണ്ടുകൊത്തിയുണ്ടാക്കിയ നോക്കുകുത്തികളും കാണാറുണ്ട്. ദൃഷ്ടിദോഷാദികൾ തട്ടാതിരിക്കുവാൻ കോലങ്ങളും

മറ്റും ഉണ്ടാക്കുവാൻ കഴിയാത്തവർ കള്ളിമുള്ള് (ചതുരക്കള്ളി) തുടങ്ങിയവ തൂക്കിയിടുകയെങ്കിലും ചെയ്തുകാണാറുണ്ട്.

വൈക്കോൽ കൊണ്ടുള്ള കോലങ്ങളെക്കുറിച്ചു പറയുമ്പോൾ, തെയ്യാട്ടത്തിലെ കുളിയൻ/ഗുളികൻ തെയ്യം പുല്ലിൻകുഞ്ഞിനെ ലാളിക്കുന്ന രംഗമാണ് ഓർമ്മയിൽ വരുന്നത്. വൈക്കോൽകൊണ്ട് നിർമ്മിച്ച ഒരു കുട്ടിയുടെ രൂപമെടുത്ത് അതിനെ സംരക്ഷിക്കുന്ന നിലയിൽ ഗുളികൻ തെയ്യം അഭിനയിക്കാറുണ്ട്. ആ രൂപത്തിനു 'പുല്ലിൻകുഞ്ഞ്' എന്നാണ് പ്രാദേശികമായി പറയാറുള്ളത്. പുല്ലിൻകുഞ്ഞിനെ കളിപ്പിക്കുകയും തമാശകൾ പറയുകയും ഇടയ്ക്കിടെ ദ്വേഷ്യപ്പെട്ട് അതിനെ അടിക്കുകയും ഒടുവിൽ കുട്ടി മരിച്ചുവെന്ന സങ്കല്പത്തിൽ അത് കത്തിക്കുകയും ചെയ്യും. വിലക്ഷണമായ ക്രിയാംശങ്ങളാണ് കുളിയൻ കാഴ്ചവെക്കുന്നത്. 'കുളിയൻ കുഞ്ഞിനെ പോറ്റുന്നതുപോലെ, എന്നൊരു ശൈലി വടക്കൻ കേരളത്തിൽ പ്രാചുര്യത്തിൽ വന്നത് അതുകൊണ്ടായിരിക്കണം. ജീവിതത്തിന്റെ നശ്വരതയാണ് ഇതിലൂടെ പ്രതിരൂപവല്ക്കരിക്കുന്നത്.

6.3 സംക്ഷോഭചികിത്സ

രോഗനിവാരണാർത്ഥമായുള്ള ചില മന്ത്രവാദകർമ്മങ്ങൾ സംക്ഷോഭചികിത്സയുടെ ഫലം ചെയ്യും. രോഗിക്കു പെട്ടെന്നുണ്ടാകുന്ന സംക്ഷോഭം രോഗശാന്തിക്കു കാരണമായിത്തീരുന്നു. എന്നാൽ, ഇതിനായി ചെയ്യുന്ന കർമ്മങ്ങൾ പൊതുവെ അസംബന്ധമായേ തോന്നുകയുള്ളൂ. പരവത്തിരി, ഊഞ്ചബലി തുടങ്ങിയ മാന്ത്രിക കർമ്മങ്ങൾ അതിനുദാഹരണങ്ങളായി പറയാം.

കുട്ടികൾക്കുണ്ടാകുന്ന ഭയം തുടങ്ങിയ ഉപദ്രവങ്ങൾ നീക്കുന്ന കർമ്മമാണ് പരവത്തിരി. വാഴക്കൈ മുറിച്ചെടുത്ത് അതിന്റെ തലയ്ക്ക് തിരശ്ശീല ചുറ്റി, എണ്ണ നനച്ച് കത്തിച്ച് കുട്ടിക്കു നേരെ പിടിക്കണം. ചുറ്റിയ ശീല ചുറ നിവർത്തിക്കൊണ്ടിരിക്കുകയും കത്തുന്ന ഭാഗത്ത് കുരുതിവെള്ളം കുടയുകയും ചെയ്യണം. അപ്പോൾ വെള്ളം പൊട്ടിത്തെറിക്കും. ഈ ശബ്ദം കേട്ടാൽ ഭയം നീങ്ങുമെന്നാണ് സങ്കല്പം. ഭയം കൊണ്ട് ഭയത്തെ തീർക്കുകയെന്ന തത്ത്വമത്രെ ഈ കർമ്മത്തിനു പിന്നിലുള്ളത്. മലയൻ, പുള്ളുവൻ തുടങ്ങിയവർ നടത്തുന്ന മാന്ത്രികമായ 'പരവത്തിരി' എന്ന ഈ കർമ്മം അസംബന്ധമായേ പ്രത്യക്ഷത്തിൽ തോന്നുകയുള്ളൂ.

അപസ്മാരാദി ബാധ (രോഗ)കളെ അകറ്റുവാനാണ് ഊഞ്ചബലി എന്ന കർമ്മം നടത്താറുള്ളത്. നദീതീരത്തോ, സമുദ്രതീരത്തോ കാഞ്ഞിരത്തൂണുകൾ (മുക്കാലി) കുഴിച്ചിട്ട്, നരന്തവള്ളിയോ, ചെന്നാർ വള്ളിയോ കൊണ്ട് ഊഞ്ഞാൽ കെട്ടി ബാധോപദ്രവ (രോഗ)മുള്ള ആളുടെ കണ്ണുകൾ കെട്ടി ആ ഊഞ്ഞാലിൽ ഇരുത്തുകയും ചില കർമ്മങ്ങൾ ചെയ്തശേഷം ആ വള്ളി പെട്ടെന്നു കൊത്തിയറുക്കുകയും ചെയ്യും. രോഗി അവിചാരിതമായി വെള്ളത്തിൽ വീഴുന്നു. അപ്പോൾ മറ്റുള്ളവർ വെള്ളത്തിൽനിന്നു എടുത്തുകയറ്റും. അതോടെ രോഗം മാറുമെന്നാണ്

വിശ്വാസം. പുള്ളുവൻ, മലയൻ, കണിയാൻ തുടങ്ങിയ സമുദായക്കാർ ഈ മാന്ത്രികചികിത്സ ചെയ്യുക പതിവായിരുന്നു. ഊഞ്ചബലിയുടെ പൊരുൾ മനസ്സിലാക്കാതെ, അസംബന്ധമാണതെന്ന് കരുതുന്നവരാണ ധികവും.

6.4 വികാരവിരേചനം

മന്ത്രവാദത്തിന്റെ പശ്ചാത്തലത്തിലുള്ള ചില കർമ്മങ്ങൾ നിരർത്ഥ കവും അസംബന്ധവുമായി തോന്നാറുണ്ട്. ഗർഭകാലത്തോ, ഗർഭമുണ്ടാ കാതിരുന്നാലോ നടത്തുന്ന കളമ്പാട്ട്, കെന്ത്രോൻപാട്ട്, ഗന്ധർവ്വൻതു ള്ളൽ, കന്നൽക്കളമ്പാട്ട്, കോലം തുള്ളൽ, മലയൻകെട്ട് തുടങ്ങിയ കർമ്മ ങ്ങൾ അതിനു ഉദാഹരണങ്ങളാണ്. ദുർദ്ദേവതകൾ ശരീരത്തിൽ ബാധി ക്കുന്നതുകൊണ്ടാണ് ഗർഭം ഉണ്ടാകാതിരിക്കുകയോ ഉണ്ടായാൽത്തന്നെ ഛിദ്രിച്ചുപോവുകയോ ചെയ്യുന്നതെന്നാണ് വിശ്വാസം. അത്തരം ബാധ കളെ അകറ്റുവാനുള്ള ചില കർമ്മങ്ങളാണ് മേൽപ്രസ്താവിച്ചവ. അല ങ്കരിച്ച പന്തലിൽ പിണിയാളെ ബാധിച്ചതായി കരുതപ്പെടുന്ന ദേവതക ളുടെ രൂപങ്ങൾ പഞ്ചവർണ്ണപ്പൊടികൊണ്ട് കളമായി ചിത്രീകരിക്കും. ആ കളത്തിന്റെ അടുത്തേക്കു പിണിയാളെ ആനയിക്കും. അപ്പോൾ വാദ്യവും പാട്ടും തകൃതിയായി നടക്കും. ചിലപ്പോൾ ബാധകളുടെ കോലങ്ങൾ കെട്ടിപ്പുറപ്പെട്ട് നർത്തനം ചെയ്യുകയും ചെയ്യും. ബാധ ആവേശിച്ചപോലെ പിണിയാൾ ഇളകിയാടുകയും കളത്തിൽ വീണുരുളുകയും കളമഴിക്കു കയും ചെയ്യും. സർപ്പപ്പാട്ടിലും മറ്റും പിണിയാൾ ഇളകിയാടി അരുള പ്പാട് നടത്തും. ആവേശകരമായ ഈ പ്രകടനങ്ങൾക്കുശേഷം പിണി യാൾ ക്ഷീണിതയായി നിലത്തുവീഴും. അതോടെ ആവേശിച്ച ബാധ കൾ നീങ്ങിയെന്നാണു സങ്കല്പം. ഇത്തരം കർമ്മങ്ങൾ പലർക്കും അസം ബന്ധമായേ തോന്നുകയുള്ളൂ. വാസ്തവത്തിൽ ഒരുതരം ചികിത്സയാണ് ഈ കർമ്മങ്ങൾ. ശരീരത്തിൽ എന്തൊക്കെയോ ബാധിച്ചിട്ടുണ്ടെന്ന തോന്നലുകളെ ഇത്തരം കർമ്മങ്ങളിലൂടെ അകറ്റുവാൻ കഴിയുന്നു. പഞ്ച വർണ്ണക്കളവും അലങ്കാരങ്ങളും പാട്ടുംകൊട്ടും നർത്തനവുമൊക്കെ അസാധാരണമായ അന്തരീക്ഷമാണ് പിണിയാളിൽ ഉളവാക്കുക. അത്തരം സന്ദർഭങ്ങളിൽ മാനസിക വിക്ഷോഭം കൊണ്ട് ഇളകിയാടുക യെന്നത് സ്വാഭാവികമാണ്. പാട്ടും കലകളുമൊക്കെ മാനസിക വികാര ങ്ങളെ വിരേചനം ചെയ്യുവാൻ ശക്തങ്ങളാണെന്നാണ് മനസ്സിലാക്കേണ്ടത്.

6.5 പൊരുളറിയാത്ത ചില കർമ്മങ്ങൾ

പാരമ്പര്യമായി നമ്മൾ ചെയ്തുപോരുന്ന പല കർമ്മങ്ങളുടെയും പൊരുൾ അറിയുവാൻ നാം ശ്രദ്ധിക്കാറില്ല. അതുകൊണ്ടുതന്നെ പലർക്കും അവ അർത്ഥശൂന്യങ്ങളും അസംബന്ധങ്ങളും യുക്തിരഹിത ങ്ങളുമായിട്ടാണ് തോന്നുക.

കുട്ടികളുടെ പല്ലു പറിഞ്ഞാൽ അത് ചാണകത്തിൽ പൊതിഞ്ഞ് പുരപ്പുറത്തെറിയുകയും കീരിപ്പല്ലുവാ എന്ന് പറയുകയും ചെയ്യുന്ന പതിവുണ്ട്. ആ പല്ല് ഏതു ജന്തു തൊടുന്നുവോ അത്തരം ജീവികളുടെ പല്ലു മുളയ്ക്കുമെന്ന സമ്പർക്ക മന്ത്രവാദ സിദ്ധാന്തമത്രെ ആ ആചരണത്തിന്റെ അടിസ്ഥാനം (13:26).

കുട്ടികളുടെ പറിഞ്ഞ പല്ല് തുമ്പച്ചെടിയുടെ സമീപം കുഴിച്ചിടുന്ന പതിവ് സാധാരണമാണ്. കുട്ടിക്കു മുളയ്ക്കുന്ന പല്ല് തുമ്പപ്പൂപോലെ വെളുത്തിരിക്കണമെന്ന അഭിലാഷമാണ് അതിനുപിന്നിലുള്ളത്. പശു പ്രസവിച്ചാൽ 'മാവ്' (മറുപിള്ള) പാലുള്ള വൃക്ഷത്തിൽ കെട്ടിത്തൂക്കുക പതിവുണ്ടായിരുന്നു. ഒരു അസംബന്ധമായ പ്രവൃത്തിയായി അതിനെ കാണാത്തവർ കുറയും. പശുവിൽനിന്ന് കൂടുതൽ പാല് ലഭിക്കണമെന്ന അഭിലാഷമാണ് അതിന്റെ പിന്നിലുള്ളത്.

ചേരുമരത്തിന്റെ പൊള്ളലേറ്റാൽ രാത്രിയിൽ നഗ്നനായി താന്നിമരത്തിന്റെ സമീപത്തുചെന്ന് ആ മരത്തിനു ഉലക്കകൊണ്ട് കുത്തുന്ന പതിവ് മുമ്പുണ്ടായിരുന്നു. ഒരു അർത്ഥശൂന്യമായ പ്രവൃത്തിയായി അത് തോന്നാം. എന്നാൽ, താന്നിയുമായുള്ള സമ്പർക്കം ചേരുമരത്തിന്റെ പൊള്ളലേറ്റതിനു ഉത്തമമായ ശമനൗഷധമാണെന്നു മനസ്സിലാക്കുമ്പോൾ ആ പ്രവൃത്തി യുക്തിരഹിതമല്ലെന്നു ബോദ്ധ്യപ്പെടും. കായ്ക്കാത്ത (മച്ചി)പ്ലാവിനു സമീപം അമാവാസി നാളിൽ നഗ്നനായിച്ചെന്ന് ഉലക്കക്കൊണ്ടു കുത്തിയാൽ, താമസിയാതെ അത് കായ്ക്കുമെന്ന വിശ്വാസം ഗ്രാമീണ ജനങ്ങൾക്കുണ്ടായിരുന്നു. സസ്യശാസ്ത്ര സംബന്ധമായ എന്തെങ്കിലും പൊരുൾ അതിന്റെ പിന്നിൽ ഉണ്ടായിരിക്കണം.

"ചൂത പത്രേണയോനിത്യം
ദന്തധാവന മാചരേൽ
തസ്യതിഷ്ഠതി ജിഹ്വാഗ്രേ
സുപ്രസന്നാ സരസ്വതി"

തുടങ്ങിയ ഉപദേശങ്ങൾ ഇന്നാരും ശ്രദ്ധിച്ചുവെന്നു വരില്ല. മാവിലയുടെ കൊടിക്കു സരസ്വതി വിളയാടുമെന്ന വിശ്വാസം ഉൾക്കൊള്ളുവാൻ പലർക്കും പ്രയാസമായിരിക്കാം. എന്നാൽ, അണുനാശകമായ ഔഷധത്തിന്റെ ഗുണമുള്ളതാണ് മാവില എന്നു സമ്മതിക്കേണ്ടിവരും.

"പഴുത്ത മാവില കൊണ്ടു പല്ലുതേച്ചാൽ
പുഴുത്ത പല്ലും കുസുമം മണക്കും."

എന്ന പഴഞ്ചൊല്ലിൽ പതിരില്ലെന്നു ബോദ്ധ്യപ്പെടാതിരിക്കുകയില്ല.

വൃക്ഷലതാദികൾക്കെല്ലാം സ്ത്രീപുരുഷഭേദം കല്പിക്കാറുണ്ട്. 'കരിമ്പന, ഈന്തപ്പന മുതലായ മരങ്ങളിൽ ആൺമരങ്ങളും പെൺമരങ്ങളും വേറെ തന്നെയുണ്ട്' (13:54). നാം പഴുത്തചക്കയുടെ ചുള തിന്നുമ്പോൾ

വരിക്കപ്ലാവിന്റേയും പഴൻപ്ലാവിന്റെയും വ്യത്യാസം തിരിച്ചറിയുന്നുണ്ട ല്ലോ. ചെടികൾക്കും വള്ളികൾക്കും ഉണ്ടാവുന്ന പൂക്കളെല്ലാം ഫലങ്ങൾ ഉണ്ടാക്കുന്നില്ല. ആൺപൂവ്, പെൺപൂവ് എന്നു തരംതിരിച്ചു വ്യവഹരി ക്കുന്ന പതിവുമുണ്ട്. തന്ത്രശാസ്ത്രം, ശില്പശാസ്ത്രം തുടങ്ങിയവയിൽ വൃക്ഷങ്ങൾക്കും ശിലകൾക്കും സ്ത്രീപുരുഷനപുംസകഭേദം കല്പിക്കാ റുണ്ട്. ഇതെല്ലാം അസംബന്ധകല്പനകളാണെന്നു പെട്ടെന്നു തോന്നാം. എന്നാൽ, അവയുടെ പ്രകൃതിഭേദവും ധർമ്മവ്യത്യാസവുമാണ് തരംതി രിയലിനു ഹേതുകമായത്.

വൃക്ഷാരാധനയും മൃഗാരാധനയും ലോകസംസ്കാരങ്ങളിലെല്ലാം കാണുന്ന പ്രത്യേകതയാണ്. കെൽട്ട്വർഗ്ഗക്കാർ ഓക്ക്മരത്തിന്റെ ആരാ ധകന്മാരായിരുന്നു. പ്രാചീന ചൈനയിൽ പട്ടുനൂൽപ്പുഴുക്കളെ വളർത്തു ന്നത് ദൈവികവും മതപരവുമായ ഒരു ചടങ്ങായി പരിഗണിക്കുകയും സി ലിങ് ചിയെ പട്ടുനൂൽ പുഴുക്കളുടെ ദേവതയായി കണക്കാക്കുകയും അതു വളരുന്ന ചെടിക്കുചുറ്റും അഭിവാദനങ്ങൾ അർപ്പിക്കുകയും ചെയ്യുന്ന പതിവുണ്ടത്രെ (15:80). വ്യവസായ വിപ്ലവത്തിനു മുമ്പ്, വിള വിനു വേണ്ടി പരുത്തിപ്പാടങ്ങളിൽ മൃഗബലി നടത്തുകയെന്നത് മതപര മായ ഒരു ചടങ്ങായിരുന്നു (9:117). ഇതൊക്കെ അസംബന്ധമായി തോന്നാ മെങ്കിലും സമൃദ്ധിക്കു വേണ്ടിയുള്ള അഭിലാഷമാണ് ഇത്തരം കർമ്മ ങ്ങൾക്കു പ്രേരകമായി വർദ്ധിക്കുന്നത്.

മേല്പറഞ്ഞ തരത്തിലുള്ള പല കർമ്മങ്ങളും നാം ആചരിച്ചുപോ രുന്നത് അവയുടെ പൊരുളറിഞ്ഞുകൊണ്ടാകണമെന്നില്ല. പലപ്പോഴും വിശ്വാസത്തിന്റെ ബലത്തിലാണ് അവ നിലനില്ക്കുന്നത്. പക്ഷേ, അവ അവയുടെ ശരിയായ ധർമ്മം നിറവേറ്റുന്നുണ്ടെന്നാണ് കരുതേണ്ടത്. പൊരുൾ വ്യക്തമായി മനസ്സിലാക്കുവാൻ കഴിയാതെ പോകുന്നുവെങ്കി ലും, അത്തരം കർമ്മങ്ങൾ പലതും സമൂഹത്തിന്റെ നന്മയ്ക്കായി വരാം.

പടുഭാഷ

ഭാഷകളേതും ഉത്ഭവകാലത്ത് പ്രാകൃതമായിരുന്നിരിക്കാം. മനുഷ്യർ കൂടുതൽ അറിവും സംസ്കാരവും ഉള്ളവരാകുമ്പോൾ ഭാഷയും തദനുസരണമായി പരിഷ്കരിക്കപ്പെടും. എങ്കിലും നിത്യ ജീവിതവ്യവഹാരങ്ങളിൽ ഭാഷ എപ്പോഴും ഉത്കൃഷ്ടമായിരിക്കണമെന്നില്ല. മാനവികഭാഷ കൈകാര്യം ചെയ്യുന്നവർത്തന്നെ ചില സന്ദർഭങ്ങളിൽ ഗ്രാമ്യ/നീച ഭാഷാരീതി അവലംബിച്ചു കാണാം.

7.1 അപകൃഷ്ട ഭാഷ

ഭാഷയ്ക്കു ജനജീവിതവുമായി അഭേദ്യമായ ബന്ധമാണുള്ളത്. സംസ്കാരത്തിന്റെയും സാമൂഹിക നിലപാടിന്റെയും പ്രതിഫലനങ്ങൾ ഭാഷയിൽ പ്രത്യേകിച്ചും സംസാരഭാഷയിൽ പ്രതിഫലിക്കും. "അധികാരം കുറഞ്ഞ വർഗ്ഗത്തിൽപ്പെട്ടവരുടെ വ്യവഹാരങ്ങൾ പലപ്പോഴും അപകൃഷ്ടവും അവലക്ഷണവും ആഭാസവുമായി അനുഭവപ്പെടാമെന്നാണ് ലെയൊണാഡ് ബ്ലൂംഫീൽഡ് (3:152) അഭിപ്രായപ്പെട്ടിരിക്കുന്നത്.

*ലീലാതിലക*ത്തിൽ ഭാഷയെ ഉല്കൃഷ്ടമെന്നും അപകൃഷ്ടമെന്നും തരംതിരിക്കുന്നുണ്ട് (12:204). പാമരജനങ്ങൾ സംസാരിക്കുന്ന ഭാഷയത്രെ അപകൃഷ്ടഭാഷ. പ്രസ്തുത ഗ്രന്ഥത്തിലെ രണ്ടാം ശില്പത്തിൽ പതിനേഴാം സൂത്രത്തിലാണത് കാണുന്നത്. ഈ സൂത്രത്തെ പണ്ഡിതന്മാർ പലവിധത്തിൽ വ്യാഖ്യാനിച്ചിട്ടുണ്ട്. "അപകൃഷ്ടഭാഷയെന്നത് പാമരന്മാരുടെ, അക്ഷരജ്ഞാനരഹിതമായ ഹീനരുടെ വ്യവഹാര ഭാഷയെന്നേ അർത്ഥമാക്കുന്നുള്ളൂ" എന്ന (12:53) വ്യാഖ്യാനം അംഗീകരിക്കത്തക്കതാണ്.

7.2 പടുഭാഷ

ആഭാസവും അശ്ലീലവും നിറഞ്ഞതോ അപകൃഷ്ടമോ നീചമോ ഗ്രാമ്യമോ നിരർത്ഥകമോ ആയ പ്രാകൃത ഭാഷാപ്രയോഗങ്ങളെയാണ്. 'പടുഭാഷ' (Vulgar Tongue) എന്ന പദം കൊണ്ട് ഇവിടെ വിവക്ഷിക്കുന്നത്. 'വായിക്കുതോന്നിയത് കോതയ്ക്കുപാട്ട്' എന്നു പറയുന്നതുപോലെ, ആലോചനവും ഔചിത്യവുമില്ലാതെ തോന്നിയതെല്ലാം സംസാരിക്കുകയെന്നത് പടുഭാഷാ പ്രയോഗത്തിന്റെ സ്വഭാവങ്ങളിലൊന്നാണ്. 'വായിക്കു അപ്പും ചിപ്പുമില്ലാതെ പറയുക'യെന്നാണ് വടക്കൻ കേരളത്തിൽ അതിനു പറയുക. 'വാലും തലയുമില്ലാതെ' സംസാരിക്കുന്നത് അതിന്റെ പ്രത്യേകതയാണ്. പരസ്പര ബന്ധമില്ലാതെയും നിരർത്ഥകമായും സഭ്യേതരമായും സംസാരിക്കുന്നത് 'അസംബന്ധം പറച്ചിൽ' ആയിട്ടാണ് കരുതുന്നത്. 'പടുഭാഷ'യ്ക്കു സമൂഹത്തിൽ മാന്യമായ സ്ഥാനം കല്പിക്കാറില്ലെന്നാണ് ഇതൊക്കെ വ്യക്തമാക്കുന്നത്.

7.3 ഔദാസീന്യന്യായം

ശുദ്ധമായ ഭാഷാരൂപം വികലമായി നിരർത്ഥകമെന്നു തോന്നിക്കുന്ന തരത്തിലാകുകയെന്നത് പടുഭാഷയുടെ പ്രത്യേകതകളിലൊന്നാണ്. ശബ്ദശാസ്ത്രകാരന്മാർ ഈ വർണ്ണവികാരത്തെ 'ഔദാസീന്യന്യായം' എന്നാണ് പറയുന്നത്. "ശ്രമപ്പെട്ട് ഉച്ചരിക്കേണ്ടുന്ന ധ്വനികളെ ക്രമേണ ലഘുപ്പെടുത്തുകയാകുന്നു ഇതിന്റെ സ്വഭാവം. (24: 107) ഭാഷാവ്യവഹാരത്തിൽ വേണ്ടത്ര കഴിവില്ലാത്ത ചില സമൂഹങ്ങളുടെ സംസാരഭാഷ ഈ നയത്തെ ഓർമ്മപ്പെടുത്തുന്നു. കോഴിക്കോടു ജില്ലയിലെ പേരാമ്പ്ര, മേപ്പയൂർ തുടങ്ങിയ പ്രദേശങ്ങളിലെ മലമേഖലകളിൽ വസിക്കുന്ന പറയരുടെ ഭാഷ ഇതിനു ഉദാഹരണമായി ചൂണ്ടിക്കാട്ടാം. ഖരാതിഖരഘോഷങ്ങളൊന്നും അവരുടെ നാവിനു സ്വാഭാവികമായി വഴങ്ങാറില്ല. ഉഞ്ഞി (കുഞ്ഞ്), ഉണി (തുണി), എയ്യം (തെയ്യം), ഓറ്റം (തോറ്റം), ഉഴ (പുഴ), ആല് (പാല്) എന്നിങ്ങനെയുള്ള ഉച്ചാരണരീതി അവർക്കിടയിൽ സർവ്വസാധാരണമാണ്. ഭാഷാ പണ്ഡിതന്മാരുടെ ദൃഷ്ടിയിൽ ഇവ അസഭ്യങ്ങളും അസംബന്ധങ്ങളുമായി തോന്നാം.

7.4 ചില വർണ്ണവികാരങ്ങൾ

ഗ്രാമീണരായ സാമാന്യജനങ്ങളുടെ വ്യവഹാരങ്ങളിൽപ്പോലും മേൽപ്പറഞ്ഞ തരത്തിലുള്ള ഉച്ചാരണ പ്രവണത കാണാം. വർണ്ണവികാരങ്ങൾക്കാണ് അത് വഴിയൊരുക്കുന്നത്. കോലത്തുനാട്ടിലെ വ്യവഹാരഭാഷയിൽ കാണുന്ന ചില പ്രത്യേകതകൾ എടുത്തുപറയാം.

'ഴ'കാരത്തിനുപകരം 'യ'കാരോച്ചാരണം

അയി(അഴി), ആയം (ആഴം), അയിച്ചൽ (അഴിച്ചൽ), ആയക്ക് (അഴക്ക്), അയിക്കുക (അഴിക്കുക), തയമ്പ് (തഴമ്പ്), തായ (താഴ), മൊയ

(മുഴ), മയ (മഴ), കോയി (കോഴി), വായ (വാഴ), ഉയിന്ന് (ഉഴുന്ന്), ചായി (ചാഴി), കുയി (കുഴി)

'അ'കാരം 'ഇ'കാരമായി ഉച്ചരിക്കൽ

നായി (നായ), പായി (പായ), കായി (കായ), വായി (വായ), പിരാതി (പരാതി)

'അകാരത്തിനു 'എ'കാരോച്ചാരണം

ദെയ (ദയ), നെരി (നരി), ബെലം (ബലം), ബെലി (ബലി)

'ഇ'കാരത്തിനു 'ഉ'കാരോച്ചാരണം

പുണ്ണാക്ക് (പിണ്ണാക്ക്), പുളപ്പ് (പിളർപ്പ്)

'ഇ' കാരത്തിനു 'എ' കാരോച്ചാരണം

ചെരട്ട (ചിരട്ട), എറയം (ഇറയം), എടം (ഇടം), നെലം (നിലം), കെടക്ക (കിടക്ക), വെറക് (വിറക്), എതാള് (ഇതൾ), നെരത്ത് (നിരത്ത്) നെറ (നിറ), ചേരി (ചികരി), വെല (വില)

'ഉ'കാരം 'അ'കാരമായി ഉച്ചരിക്കൽ

പരത്തി (പരുത്തി), മരന്ന് (മരുന്ന്)

'ഉ'കാരത്തിനു 'ഇ'കാരോച്ചാരണം

മിറ്റം (മുറ്റം), എരിമ (എരുമ),

'ഉ' കാരത്തിനു 'ഒ' കാരോച്ചാരണം

പൊട (പുട), ഒരല് (ഉരല്), പൊല (പുല), ഒലക്ക (ഉലക്ക), തൊണ (തുണ), കൊളം (കുളം), മൊന (മുന), ഒറ (ഉറ), തോടം (തുടം), തൊടര് (തുടര്), തൊടങ്ങി (തുടങ്ങി), തൊളസി (തുളസി), പൊത (പുത), ചൊറ (ചുറ), തൊറസ്സ് (തുറസ്സ്), കൊല (കുല), ചൊള (ചുള), കൊട (കുട), പൊറം (പുറം), ഒറപ്പ് (ഉറപ്പ്), ഒറക്ക് (ഉറക്ക്), ഒരം (ഉരം), മൊത്തങ്ങ (മുത്തങ്ങ), തൊക (തുക), ചൊമട് (ചുമട്), പൊക (പുക).

'ഒ'കാരത്തിനു 'എ' കാരോച്ചാരണം

ചെരിയുക (ചൊരിയുക), ചെരാപ്പല (ചിരാപ്പലക)

'ക' കാരത്തിനു 'ഹ' ഉച്ചാരണം

പൊഹ (പുക), വഹ (വക)

'ഗ' കാരത്തിനു 'ക' കാരോച്ചാരണം

കുണം (ഗുണം), കുളിയൻ (ഗുളികൻ), കെറുപ്പം (ഗർഭം), കെർന്തം (ഗ്രന്ഥം), കെണവതി (ഗണപതി), ക്ലാസ് (ഗ്ലാസ്), കണിയാൻ (ഗണകൻ)

'ച'കാരം 'ശ' കാരമാകൽ

ആശാരി (ആചാരി), ഓശാരം (ഓചാരം)

'ശകാരത്തിനു 'ച' കാരോച്ചാരണം

ചങ്ക് (ശംഖ്), ചുത്തം (ശുദ്ധം), ചുത്തി (ശുദ്ധി), ചൂലം (ശൂലം), ചരം(ശരം), ചങ്കരൻ (ശങ്കരൻ), ചമ്പു (ശംഭു), ചാത്തം (ശ്രാദ്ധം), ചിരുകണ്ടൻ (ശ്രീകണ്ഠൻ), ചിരുതൈ (ശ്രീദേവി), ചണ്ട (ശണ്ഠ), മനിച്ചൻ (മനിശൻ - മനുഷ്യൻ)

ഘോഷോച്ചാരണത്തിനുപകരം ഖരാതിഖരങ്ങൾ

ആതി (ആധി), വ്യാതി (വ്യാധി), പത്യം (പത്ഥ്യം), അവരാതം (അപരാധം)

'ട'കാരത്തിനു 'റ'കാരോച്ചാരണം

കറലക്ക (കടലക്ക), കറലാസ് (കടലാസ്)

'ബ' കാരത്തിനു 'വ' കാരോച്ചാരണം

വെലി (ബലി), വെലം (ബലം)

'ഭ' കാരത്തിനു 'വ' കാരോച്ചാരണം

അവിഷേകം (അഭിഷേകം), അവിവൃദ്ധി (അഭിവൃദ്ധി), അവിപ്രായം (അഭിപ്രായം), വാര്യ (ഭാര്യ), വർത്താവ് (ഭർത്താവ്), അവിമാനം (അഭിമാനം), വരണി (ഭരണി)

'മ' കാരത്തിനു 'ന' കാരോച്ചാരണം

നുപ്പത് (മുപ്പത്), നുപ്പട്ട് (മുപ്പട്ട്)

'മ'കാരം 'വ'കാരമായിത്തീരുന്നു

വണ്ണാൻ (മണ്ണാൻ), വണ്ണാത്താൻ (മണ്ണാത്താൻ), ചെമി (ചെവി)

'യ' കാരത്തിനും 'ശ' കാരോച്ചോരണം

വിശർപ്പ് (വിയർപ്പ്), പയിപ്പ് (പശിപ്പ്)

രേഫം 'ല' കാരമാകുന്നു

ഓലി (ഓരി)

'ഷ'കാരം 'ശ' ആയിത്തീരുന്നു

മശി (മഷി), വിശു (വിഷു), വശള് (വഷള്), ശീണം (ക്ഷീണം), മനിശൻ (മനുഷ്യൻ)

'ക്ഷ' എന്നത് 'ച്ച' യായി മാറുന്നു

പച്ചി (പക്ഷി), നച്ചത്രം (നക്ഷത്രം), അച്ചരം (അക്ഷരം)

'ഷ'കാരം 'ട'കാരമായി മാറുന്നു

നട്ടം (നഷ്ടം), കുട്ടം (കുഷ്ഠം)

'സ'കാരം 'ത'കാരമായി മാറുന്നു

തൂശി (സൂചി), മനത് (മനസ്സ്)

'സ'കാരം 'ച'കാരമായി മാറുന്നു

ചോദരി (സോദരി), ചിന്തൂരം (സിന്ദൂരം), ചിങ്കത്താൽ (സിംഹത്താൽ)

'ഴ'കാരം ചിലപ്പോൾ 'സ' കാരമായിമാറും

പുസു (പുഴു)

7.5 വ്യവഹാരഭാഷയുടെ നിലവാരക്കുറവ്

മാനവിക ഭാഷയുടെ നിലവാരം വ്യവഹാരഭാഷയ്ക്കുണ്ടാകാതിരിക്കാൻ പല ഹേതുക്കളുമുണ്ടാകും. അതിന്റെ ചില വശങ്ങൾ ഇവിടെ ചൂണ്ടിക്കാണിക്കാം.

തുല്യാർത്ഥ പദാവർത്തന പ്രയോഗം

അന്യോന്യം തമ്മിൽ	ചതിവളസം
അവിടെയാട	ചിപ്പില
ആപത്തനർത്ഥം	തൊരംപണി
ആളമനുഷ്യന	നാൾ ദിവസം

ആഴിക്കടൽ
അലതിര
ഉത്തരംപകരം
ഒന്നിച്ചിറ്റൊപ്പരം
കണ്ടം തുണ്ടം
കല്യാണമങ്ങലം
കുന്നുംമല
കൂറ്റോശ
നേരത്തേ കാലത്തേ
പെറ്റുപ്രസവിച്ചു
പേടിക്കേണ്ട ഭയപ്പെടേണ്ട
യുദ്ധംപട
യോഗം വിധി
വാക്കുവചനം
വാണു വസിക്ക
വേഗം ക്ഷണത്തിൽ

നിരർത്ഥക ശബ്ദങ്ങൾ ചേർത്തുപറയൽ

ഇലയും പുലയും
കൂലിയും താലി
പപ്പടം കിപ്പടം
വാണിയൻചേണിയൻ
ശമ്പളം കിമ്പളം
സാമ്പാറ് കീമ്പാറ്

ശബ്ദലോപം

പദങ്ങളിൽ ചില ശബ്ദങ്ങൾ ലോപിച്ചു പോകുന്ന പ്രവണത നാടൻ വ്യവഹാരങ്ങളിൽ കാണാം. നാടൻശൈലിയിൽ പറഞ്ഞാൽ ചില ശബ്ദങ്ങൾ വിലങ്ങിപ്പോകലാണത്.

അതിശ*യം*
അനുഭ*വം*
എല്ലാ*വ*രും
അമ്പല*വാ*സി
ഓലയമ്പാടി
ചാണ*കം*
ചെമ്പ് *കി*ടാരം
താ*ഴ്*ത്തുക
തിരുവുട*യാ*ട
പഞ്ച*സാ*ര
പരിചയം
പല*ക*
ഓ*ഹ*രി
കുത്തുപ*ാ*ള (കുത്താള)
കൈ*വ*ശം
കോണ*കം*
കോല*യാ*ൻ
പുട*വ*
പുല*ർ*ന്നു
പു*രോ*രുട്ടാതി
പോ*ക*ണം
രാമ*പു*രത്ത്
വള*ർ*ന്നു
വില്*ക്കു*ക

7.6 വിപരീതാർത്ഥപ്രയോഗം

ഗ്രാമീണ ജനങ്ങളുടെ ചില ഭാഷാവ്യവഹാരങ്ങളിൽ അവർ അതുകൊണ്ടുദ്ദേശിക്കുന്ന അർത്ഥമല്ല യഥാർത്ഥത്തിൽ അടങ്ങിയിരിക്കുക. അത്തരത്തിലുള്ള ചില പ്രയോഗങ്ങൾ എടുത്തു പറയാം. വിവക്ഷിതാർത്ഥം വലയത്തിൽ ചേർക്കാം.

അക്ഷമരായിരിക്കുക (ക്ഷമയോടുകൂടിയിരിക്കുക)
അവലക്ഷണം കെട്ടത് (ലക്ഷണം കെട്ടത്)

അശ്രീകരം കെട്ടത് (ശ്രീകരം കെട്ടത്)
അസുഖക്കേട് ഒന്നുമില്ലല്ലോ (സുഖക്കേട് ഒന്നുമില്ലല്ലോ)
അസഭ്യക്കേട് പറയരുത് (അസഭ്യം പറയരുത്)
ഇഷ്ടക്കുറവില്ലാതെപോയി (ഇഷ്ടമില്ലാതെ പോയി)
ക്ഷമിക്കാണ്ടിരിക്കണം (ക്ഷമയോടെയിരിക്കണം)
ഗുരുത്വക്കേട് ഇല്ലാതെ പോയല്ലോ (ഗുരുത്വമില്ലാതെ പോയല്ലോ)
ദോഷക്കേട് പറയല്ല (ദോഷം പറയല്ല)
നാണക്കേടില്ലാതെ പറയണം (നാണമില്ലാതെ പറയണം)
പറഭ്യം കെട്ട് നടക്കരുത് (പറഭ്യമായി നടക്കരുത്)
ഭാഗ്യക്കേടില്ലാതെ വന്നാൽ (ഭാഗ്യമില്ലാതെ വന്നാൽ)
മാനഭംഗക്കേട് വരുത്തല്ല (മാനഭംഗം വരുത്തല്ല)
വിവരക്കേടില്ലാതെ പറയരുത് (വിവരമില്ലാതെ പറയരുത്)

വിശപ്പുകേട് സഹിച്ചുകൂടാ (വിശപ്പു സഹിച്ചുകൂട) എന്നിങ്ങനെയുള്ള വിലക്ഷണ പ്രയോഗങ്ങൾ പെട്ടെന്നുള്ള വ്യവഹാരങ്ങളിൽ നിരവധി കാണാം.

7.7 മറിച്ചു ചൊല്ലൽ

സ്പൂണെറിസം (Spoonerism) എന്നു ഇംഗ്ലീഷു ഭാഷയിൽ പറയാറുള്ളതുപോലെയാണ് മലയാളത്തിലെ 'മറിച്ചുചൊല്ലൽ.' പദങ്ങളുടെ ആദ്യക്ഷരങ്ങൾ ഉച്ചാരണത്തിൽ പരസ്പരം മാറിപ്പോവുകയാണ് അതിന്റെ സ്വഭാവം. 'മറിച്ചുചൊല്ലൽ' എന്നത് 'ചൊറിച്ചുമല്ലൽ' എന്നു മറിച്ചുപറയുകയെന്നത് അതിനൊരു ഉദാഹരണമാണ്. ഈ രീതിയിലുള്ള അസംബന്ധമൊഴികൾ ഗ്രാമഭാഷകളിൽ സാധാരണമായി നടപ്പുള്ളവയാണ്. മല്ലുകാട്ടി - കല്ലുമാട്ടി, നിലമറന്നു - മലനിറന്നു, കടിച്ചുതുപ്പി - തുടിച്ചു കപ്പി എന്നിങ്ങനെയാണ് മറിച്ചു ചൊല്ലലിന്റെ സ്വഭാവം. 'നിലയ്ക്കു നിന്നാൽ മലയ്ക്കുസമം - മലയ്ക്കുനിന്നാൽ നിലയ്ക്കുസമം എന്നിങ്ങനെ ഒന്നിലധികം അക്ഷരങ്ങൾ മറിച്ചു ചൊല്ലുന്ന പതിവും ദുർല്ലഭമായി കാണാം. ഒരുതരം രഹസ്യഭാഷാ പ്രയോഗമെന്ന നിലയിൽ 'മറിച്ചുചൊല്ലുന്ന' പതിവിനു കുഗ്രാമങ്ങളിൽ പ്രാചുര്യമുണ്ടായിട്ടുണ്ട്. 'കരിതലവിറ്റു വിലതരിക' എന്നത് അനുലോമമായി ഉച്ചരിക്കുന്നതുപോലെ പ്രതിലോമമായും ഉച്ചരിക്കാമല്ലോ. ഇത്തരം മൊഴിപ്രയോഗങ്ങളും ഇവിടെ സ്മരണീയമാണ്.

7.8 ശബ്ദസംപ്രേഷണം

പല പ്രകാരത്തിലുള്ള ശബ്ദസംക്ഷേപ രൂപങ്ങൾ കോലത്തുനാട്ടിലെ ഗ്രാമ്യഭാഷയിൽ കേൾക്കാവുന്നതാണ്. ചില ഉദാഹരണങ്ങൾ:

1. ആട (അവിടെ), ഈട (ഇവിടെ), ഏട (എവിടെ)

2. കുലോം (കോവിലകം), മോലോം (മഹാകോവിലകം), ചെമ്പോം (ചെമ്പകം), മൂർത്തം (മുഹൂർത്തം)

3. പൂക്ക് (പഴുക്ക്), കേങ്ങ് (കിഴങ്ങ്), കേക്ക് (കിഴക്ക്), മോത്ത് (മുഖത്ത്), പൂങ്ങൽ (പുഴുങ്ങൽ), മോളിൽ (മുകളിൽ)

4. പച്ചോളം (പച്ചവെള്ളം), ചാമേരി (ചാമയരി), പോതി (ഭഗവതി), ചേരി (കികരി)

5. ഏഴോട്ടം (ഏഴുവട്ടം) എട്ടോട്ടം (എട്ടുവട്ടം)

6. ഈല് (ഇതിൽ), അയില് (അതിൽ), ഏല് (ഏതിൽ), അയിനി (അതിന്), ഈനി (ഇതിന്), ഏനി (ഏതിന്)

7.7 ചില സവിശേഷ പ്രയോഗങ്ങൾ

സംക്ഷേപണ സ്വഭാവമുള്ള ചില സവിശേഷ പ്രയോഗങ്ങൾ എടുത്തു പറയാം.

1. അവനാറ്റം (അവനോ മറ്റോ), അവിടയാറ്റം (അവിടെയോ മറ്റോ) എന്ന മട്ടിൽ 'ആറ്റ' ശബ്ദം ചേർന്നു വരുന്ന രൂപങ്ങൾ. തെക്കാറ്റം (തെക്കോ മറ്റോ), വടക്കാറ്റം (വടക്കോ മറ്റോ), ഈടയാറ്റം (ഇവിടെയോ മറ്റോ), അയിനാറ്റം (അതിനോ മറ്റോ).
2. കാണണ്ടിക്കിൽ (കാണണമെന്നുണ്ടെങ്കിൽ), കേക്കണ്ടിക്കിൽ (കേൾക്കണമെന്നുണ്ടെങ്കിൽ), എന്നതുപോലെയുള്ള സവിശേഷ പ്രയോഗം. വേണ്ടിക്കിൽ (വേണമെന്നുണ്ടെങ്കിൽ), പോകണ്ടിക്കിൽ (പോകണമെന്നുണ്ടെങ്കിൽ), പറയണ്ടിക്കിൽ (പറയണമെന്നുണ്ടെങ്കിൽ).
3. 'പോലും' എന്ന അർത്ഥത്തിൽ 'ഓലും' പ്രയോഗിച്ചു കാണാം. വന്നോലും (വന്നുപോലും), പോയോലും (പോയിപോലും), കണ്ടോലും (കണ്ടുപോലും), കേട്ടോലും (കേട്ടുപോലും), കഴിഞ്ഞോലും (കഴിഞ്ഞുപോലും).
4. ഇപ്പം (ഇപ്പോൾ), അപ്പം (അപ്പോൾ), എപ്പം (എപ്പോൾ), എന്ന മട്ടിലുള്ള പ്രയോഗങ്ങൾ ചെന്നപ്പം (ചെന്നപ്പോൾ), പോയപ്പം (പോയപ്പോൾ).
5. അടിക്കറോ (അടിക്കരുതോ), പോകറോ (പോകരുതോ), എന്നിങ്ങനെയുള്ള സംക്ഷേപരൂപങ്ങൾ. കേക്കറോ (കേൾക്കരുതോ), ചെയ്യറോ (ചെയ്യരുതോ), തിന്നറോ (തിന്നരുതോ).
6. ഓടുമ്പം (ഓടുമ്പോൾ), ചാടുമ്പം (ചാടുമ്പോൾ) എന്നരീതിയിലുള്ള പ്രയോഗങ്ങൾ. വരുമ്പം (വരുമ്പോൾ), പോമ്പം (പോകുമ്പോൾ), കയ്യുമ്പം (കഴിയുമ്പോൾ), നിക്കുമ്പം (നില്ക്കുമ്പോൾ).
7. കണ്ടേരം (കണ്ടനേരം), കേട്ടേരം (കേട്ടനേരം) എന്ന രീതിയിലുള്ള ശബ്ദ സംക്ഷേപണം. പോയേരം, നിന്നേരം, പറഞ്ഞേരം.
8. കട്ടുമ്മ (കട്ടിലിന്മേൽ), മേശേമ്മ (മേശമേൽ) എന്ന മട്ടിലുള്ള രൂപങ്ങൾ, തലമ്മ, കൈമ്മ, (കൈയിൽ), തലമ്മ (തലയിൽ).
9. പോയിനി (പോയിരുന്നു), വന്നിനി (വന്നിരുന്നു) എന്ന മട്ടിലുള്ള പ്രയോഗങ്ങൾ, ചെയ്തിനി, പറഞ്ഞിനി, കിടന്നിനി.

10. വന്നോട്ട് (വന്നുകൊള്ളട്ടെ), ഇരുന്നോട്ട്, ഇരുന്നുകൊള്ളട്ട് എന്ന രീതിയിലുള്ള സംപ്രേക്ഷണരൂപങ്ങൾ, പായ്ക്കോട്ട്, ചെയ്താട്ട്.
11. വരണ്ടീരുന്നു (വരേണ്ടിയിരുന്നു), പോണ്ടീരുന്നു (പോകേണ്ടിയിരുന്നു) എന്ന രീതിയിലുള്ള രൂപങ്ങൾ. നിക്കണ്ടീരുന്നു, ഓടണ്ടീരുന്നു, പറയണ്ടീരുന്നു.
12. പൂവാല (പോകാമല്ലോ), വരാല (വരാമല്ലോ) എന്ന രീതിയിലുള്ള പ്രയോഗങ്ങൾ. ചെയ്യാല, പറയാല, നിക്കാല.
13. പോകൂൻ (പോകുവിൻ), ഇരിക്കൂൻ (ഇരിക്കുവിൻ) എന്ന മട്ടിലുള്ള പ്രയോഗങ്ങൾ. ചെയ്യൂൻ, പറയൂൻ, വരൂൻ, നിക്കൂൻ.

7.10 ഗ്രാമ്യപദങ്ങൾ

വടക്കൻ കേരളത്തിൽ ഇന്നും വ്യവഹാരഭാഷയിൽ കേൾക്കാറുള്ള നിരവധി പദങ്ങളിൽനിന്ന് ഏതാനും ചിലവ ഇവിടെ എടുത്തു കാണിക്കാം.

ഉച്ചൂളി (കക്ക), എരിഞ്ഞി (ഇലഞ്ഞി), ഒലുമ്പുക (കഴുകുക), ഓൻ (അവൻ), ഓൾ (അവൾ), ഓളും പുരുവനും (ഭാര്യയും ഭർത്താവും - അവളും പുരുഷനും), ഒക്ക (ഒപ്പം), ഒപ്പരം (ഒന്നിച്ച്), ഓട്ട (ദ്വാരം), കടച്ചി (കന്നുകുട്ടി), കടവാതിൽ (വവ്വാൽ), കുപ്പക്കി (ഉപ്പക്കി), കിടയൻ (പരുന്ത്), കുരിയ (കൈതോലകൊണ്ടുള്ള സഞ്ചി), കൊണ്ട് (കവിൾ), കൊരട്ടുക (വിഷമിപ്പിക്കുക), കൈവരവ് (തീണ്ടാരി), കുളത്ത് (പഴങ്കഞ്ഞി), കൊട്ടൻ (അണ്ണാക്കൊട്ടൻ, അണ്ണാൻ), ചള്ള (പാർശ്വം, അരു), ചീക്ക് (അസുഖം), ചൊപ്പ (രോമം), ചപ്പില, ചപ്പ് (ഇല), ചെക്കി (തെച്ചി), ചേരി (ചകരി), ചുണ്ണി (പുരുഷലിംഗം), ചള്ള് (ഇളയത്), ചേടി (വെൺകളിമണ്ണ്), ചൊക്ക് (അഹങ്കാരം), ഞേലൽ (തൂങ്ങൽ), താച്ചുക (കിടക്കുക), തൊപ്പൻ (ധാരാളം, കൂടുതൽ), തോള് (കക്ഷം), നാട്ട (മരക്കമ്പ്, വടി), നൂറ് (ചുണ്ണാമ്പ്), നൊസ്സ് (സൊള്ള്), പാങ്ങ് (ഭംഗി), പുച്ചി (യോനി), പൂറ് (യോനി, പൂവ്), പൊരുരപ്പാട് (ധൃതി, ബദ്ധപ്പാട്), പൃക്ക് (കൊതുക്), പൊട്ട്, പൊട്ട (മോശം), മാച്ചി (ചൂല്, മാർജിനി), മിന്നല് (മുമ്പിൽ), പാത്തി (തോണി), മനാരം (ഭംഗി), വയക്ക (അരുചി, ഇഷ്ടമില്ലായ്മ), വില്ല (വലിയ), വേറൂറ് (ഭിന്നതാ മനോഭാവം), വേളക്കു പിടിക്കുക (കഴുത്തിനു പിടിക്കുക, ഗളഹസ്തം ചെയ്യുക), കുണ്ണ (പുരുഷലിംഗം), ഊര (കുണ്ടി, പൃഷ്ഠം) ചൊടിക്കുക (പരിഭവിക്കുക), വാളുക (വിതയ്ക്കുക).

ഉദാഹരണങ്ങൾ നീട്ടുന്നില്ല. നിഘണ്ടുക്കളിൽപ്പോലും സ്ഥലം പിടിക്കാത്ത ഒട്ടനേകം ഗ്രാമ്യപദങ്ങളും പ്രയോഗങ്ങളും സംസാരഭാഷയിൽ നിലവിലുണ്ട്. ഭാഷയുടെ ഉന്നതമായ നിലവാരമല്ല അവ വ്യക്തമാക്കുന്നതെങ്കിലും അവ കൊള്ളരുതാത്തതാണെന്നു ധരിക്കരുത്. സാമാന്യജനങ്ങളുടെ നിത്യവ്യവഹാരത്തിനു അതാണല്ലോ സഹായത്തിനെത്തുന്നത്. ജനങ്ങളുടെ നിത്യജീവിതത്തിന്റെ സരളഭാവങ്ങളും അവരുടെ

തുറന്ന ഹൃദയഗതിയും മനസ്സിലാക്കിത്തരുവാൻ ശക്തമാണതെന്നു പറയാതെ വയ്യ. 'ഒരൂരിലെ ഭാഷ ഒരൂരിലെ തെറി' എന്ന പഴഞ്ചൊല്ല് വ്യക്തമാക്കുന്നതുപോലെ, ഒരു വിഭാഗക്കാർക്കോ ഒരു പ്രദേശക്കാർക്കോ മമതാഭിമാനം വളർത്തുന്ന ഒരു വ്യവഹാരഭാഷ മറ്റൊരു വിഭാഗക്കാർക്കോ പ്രദേശക്കാർക്കോ തെറിയോ, അസംബന്ധമോ ആയി തോന്നിപ്പോയേക്കാം.

ഗ്രന്ഥസൂചി

1. Bascom, William R *Contributions to Folk loristies* Delhi, 1981.
2. Bhagwat, Durga. *An outline of Indian Folklore.* Bombay 1958.
3. Bloomfield, *Leonard, Language.* New york 1933.
4. Dundes, Allen (ed), *The Study of Folk lore*. London: 1965.
5. Dundes, Allen, *Essays in Folkloristics,* Meerut 1978.
6. *Funk & Wagnalls company Funk and Wagnalls Standard Dictionary Vol.* one Newyork 1961.
7. Halliday, W R *Indo Europen Folk tales and Greek Legend,* London 1933.
8. Subrahmanya, Sastri P S (ed) *Tolkappiyum porul Atikaran* Madras 1956
9. Tokarev, Sargei, *History of Religion*. Moscow 1989 .
10. അച്യുതാനന്ദൻ (എഡി.) *ഇരുപത്തിനാലു വടക്കൻ പാട്ടുകൾ.* എച്ച് സി സ്റ്റോർസ് കുന്നംകുളം 1976.
11. ആൻഡ്രുസ്, *സി പി കായിക പരിശീലനങ്ങൾ,* ആലുവ 1951
12. കുഞ്ഞൻപിള്ള, ശൂരനാട് (പ്രൊ), *ലീലാതിലകം.* കേരള ഭാഷാ ഇൻസ്റ്റിറ്റ്യൂട്ട്, തിരുവനന്തപുരം 1996.
13. കേരളവർമ്മ, സി ആർ (പ്രൊഫ.) *മന്ത്രവാദവും മതവും, കേരള സാഹിത്യ അക്കാദമി,* തൃശൂർ 1986.
14. ഗോവിന്ദൻകുട്ടി, *താമറ്റാട്ട്, നാടോടിപ്പാട്ടുകൾ,* പി കെ ബ്രദേർസ്, കോഴിക്കോട് 2004.
15. ചന്ദ്രാവലി തമ്പുരാൻ (പ്രൊഫ). *തുണിത്തരങ്ങളും വസ്ത്രങ്ങളും.* കേരള ഭാഷാ ഇൻസ്റ്റിറ്റ്യൂട്ട്, തിരുവനന്തപുരം 1985

16. ചുമ്മാർ ചൂണ്ടൽ (ഡോ.) *കണ്ണിയാർകളി.* കേരള ഭാഷാ ഇൻസ്റ്റിറ്റ്യൂട്ട്, തിരുവനന്തപുരം 1988.
17. ചുമ്മാർ ചൂണ്ടൽ (ഡോ.) കുമ്മാട്ടി എൻ ബി എസ്. കോട്ടയം 1971.
18. ത്രിവിക്രമൻ തമ്പി, ജി *തെക്കൻ വാമൊഴിപ്പാട്ടുകളും വർഗ്ഗീകരണവും പൊലി. ല. 3* (2003 ഏപ്രിൽ 15 – ആഗസ്ത് 16) കേരള ഫോക്‌ലോർ അക്കാദമി, ചിറക്കൽ.
19. നമ്പൂതിരി സി കെ *ചാത്തിരാങ്കം.* കേരള സാഹിത്യ അക്കാദമി, തൃശൂർ 1980.
20 നാരായണൻ കുട്ടി നായർ, *മനയങ്കത്ത് (സമ്പാ).* പള്ളിപ്പാന. സാംസ്കാരിക പ്രസിദ്ധീകരണ വകുപ്പ് 2000.
21. പരമേശ്വരൻ നായർ, പി കെ *മലയാള സാഹിത്യ ചരിത്രം.* സാഹിത്യ അക്കാദമി, ന്യൂഡൽഹി 1966.
22. പരമേശ്വരയ്യർ, ഉള്ളൂർ എസ്, *കേരള സാഹിത്യ ചരിത്രം.* കേരള സർവ്വകലാശാല, തിരുവനന്തപുരം 1972.
23. പ്രേംനാഥ് വെട്ടിയാർ *നാടൻപാട്ടുകൾ* കേരള സാഹിത്യ അക്കാദമി, തൃശൂർ 1978.
24. രാജരാജവർമ്മ എ ആർ *കേരള പാണിനീയം* എൻ ബി എസ്, കോട്ടയം 1989.
25. രാമവർമ്മ അപ്പൻ തമ്പുരാൻ *സംഘക്കളി, മാതൃഭൂമി.* കോഴിക്കോട് 1987.
26. വറുഗീസ്, കെ എം. *മലങ്കര നസ്രാണികളുടെ മന്ത്രങ്ങൾ* (ലേഖനം), ഭാഷാപോഷിണി, പു. 24. ല. 11, 12.
27. വാരിയർ, കെ കെ (വിവ.) *ചിത്രസൂത്രം.* ഡി സി കോട്ടയം 2005.
28. വാസുദേവൻ പിള്ള, *കടമ്മനിട്ട പടേനി.* കേരള ഭാഷാ ഇൻസ്റ്റിറ്റ്യൂട്ട്, തിരുവനന്തപുരം 1993.
29. വിഷ്ണുനമ്പൂതിരി, എം വി (ഡോ.) *കടുംകഥകൾ ഒരു പഠനം.* കറന്റ് ബുക്സ്, കോട്ടയം 1994.
30. .... *കുറത്തിത്തോറ്റം,* കറന്റ് കോട്ടയം 1999.
31. .... *നാടൻ കളികളും വിനോദങ്ങളും.* കേരള ഭാഷാ ഇൻസ്റ്റിറ്റ്യൂട്ട്. തിരുവനന്തപുരം 2000
32. .... *നാടൻ പാട്ടുമഞ്ജരി.* മാത്രഭൂമി. കോഴിക്കോട് 2007.
33. .... *നമ്മുടെ പണ്ടത്തെ പാട്ടുകൾ,* ഡി സി ബുക്സ്, കോട്ടയം 2007.
34. .... *പഴയ പാട്ടുകൾ.* എൻ ബി എസ്, കോട്ടയം 1986.
35. .... *പുലയരുടെ പാട്ടുകൾ.* എൻ ബി എസ്, കോട്ടയം 1983.
36. .... *പുള്ളുവപ്പാട്ടും നാഗാരാധനയും.* എൻ ബി എസ്. കോട്ടയം 1977.
37. ....*പൂരക്കളി.* കറന്റ് ബുക്സ്. കോട്ടയം 1998.
38. .... *പൊട്ടനാട്ടം.* കറന്റ് ബുക്സ്. കോട്ടയം 1996.

39. .... *വടക്കൻപാട്ടുകഥകൾ - ഒരു പഠനം.* കറന്റ്, കോട്ടയം 1995.

40. .... *വടക്കൻ പാട്ടുകഥകൾ വാല്യം രണ്ട്.* പൂർണ്ണാ പബ്ലിക്കേഷൻസ്, കോഴിക്കോട് 2008.

41. .... *വണ്ണാനും കെന്ത്രാൻപാട്ടും.* എൻ ബി എസ്, കോട്ടയം. 1982.

42. ശങ്കരൻനായർ എൻ (പ്രൊഫ). *വിദ്യാഭ്യാസത്തിന്റെ മനശ്ശാസ്ത്ര ഭൂമിക.* തിരുവനന്തപുരം 1972

43. ശങ്കരപ്പിള്ള ജി *ശുദ്ധമലയാള ശാഖ. സാഹിത്യചരിത്രം പ്രസ്ഥാനങ്ങളിലൂടെ* (ജന. എഡി. ഡോ. കെ എം ജോർജ്). സാഹിത്യ പ്രവർത്തക സഹകരണസംഘം, കോട്ടയം 1958

44. ശശി, ഉത്തരംകോട്, *നെടുമങ്ങാടിന്റെ സർഗ്ഗലാവണ്യം,* തിരുവനന്തപുരം 2001.

45. സീലിയ തോമസ്, പി (സമ്പാ). *കൃഷിപ്പാട്ടുകൾ. നാടൻപാട്ടുകൾ വാല്യം രണ്ട്.* കേരള ഫോക്‌ലോർ അക്കാദമി, ചിറക്കൽ 2003.

സങ്കേത പദസൂചി

പൂരപ്പാട്ട്
പെണ്ണിരക്കൽ കളിപ്പാട്ട്
പേറ്റിപ്പുറാട്ട്
പൊങ്ങൻ
പൊട്ടൻ
പൊട്ടൻ തെയ്യത്തോറ്റം
പൊയ്മുഖം
പോർപ്പാട്
ഫ്രോയിഡ്
ബാസ്കം
ഭരണിപ്പാട്ട്
ഭീമൻകഥ
ഭൂതത്താൻ കളം
മന്ത്രവാദം (പാട്ട്)
മരത്തോങ്കോടൻ
മരമീടൻ
മലയൻ
മഹാഭാരതകഥ
മറുത്തുപാട്ട്
മാങ്ങാപ്പാട്ട്
മാന്ത്രികകഥകൾ
മാന്ത്രികവാക്യം
മാന്ത്രികവിശ്വാസം
മാനവികഭാഷ
മാപ്പിളപ്പുറാട്ട്
മാവിലൻപുറാട്ട്
മാരിയാട്ടം
മാവാരതം പാട്ട്
മുഖപ്പാള
മുടിയേറ്റ്
മുന്നൂറ്റാൻതോറ്റം
മൃഗാരാധന
യക്ഷിക്കഥകൾ
യോഗിപ്പുറാട്ട്
രാമായണംകഥ
ലീലാതിലകം
ലെഗ്മാൻ
ലോകവീക്ഷണം
വടക്കൻപാട്ടുകൾ
വംശീയ പാട്ടുകൾ
വള്ളോക്കവി
വള്ളോൻ കളി
വർണ്ണന
വർണ്ണവികാരം
വാങ്മയം
വാണിയനെ കെട്ടിനിറുത്തൽ
വായ്ത്താരി
വികാരവിരേചനം
വിഡ്ഢിയുടെ പുറപ്പാട്
വിതച്ചുകിളപ്പാട്ട്
വിത്തിടീൽ പാട്ട്
വിത്തുകിളപ്പാട്ട്
വിനോദകല
വിനോദപ്പാട്ട്
വിലക്ക്
വിശ്വാസം
വിഷ്ണുമൂർത്തിത്തെയ്യം
വൃക്ഷാരാധന
വേലർ
വ്യവഹാരഭാഷ
ശബ്ദലോപം
ശബ്ദസംക്ഷേപണം
സംഘക്കളി
സംക്ഷോഭചികിത്സ
സമ്പർക്ക മന്ത്രവാദം
സീതാദുഃഖം പാട്ട്
ഹാസ്യാനുകരണം
ഹിതോപദേശകഥകൾ

9 789389 410266

Printed by Libri Plureos GmbH in Hamburg,
Germany